બેસ્ટસેલર શ્રેણી 'SCIENTIFIC ધર્મ'નું દ્વિતીય પુસ્તક

TEMPLE ધર્મ

ભારતવર્ષની પ્રગટ-ચેતનાનો સનાતન નાદ

પરખ ભટ્ટ

મુખ્ય પ્રાપ્તિસ્થાન

નવભારત સાહિત્ય મંદિર

જૈન દેરાસર પાસે, ગાંધી રોડ, અમદાવાદ - ૩૮૦ ૦૦૧

૨૦૨, પેલિકન હાઉસ, ગુજરાત ચેમ્બર ઓફ કોમર્સના કંપાઉન્ડમાં,
આશ્રમ રોડ, અમદાવાદ - ૩૮૦ ૦૦૯

☎ (૦૭૯) ૨૨૧૩૯૨૫૩, ૨૨૧૩૨૯૨૧
૯૮૨૫૦ ૩૨૩૪૦

e-mail : info@navbharatonline.com
www.navbharatonline.com
fb.com/NavbharatSahityaMandir

TEMPLE DHARMA
by Parakh Bhatt

Navbharat Sahitya Mandir
AHMEDABAD
2022

ISBN No. : 978-93-93223-87-6

પ્રથમ આવૃત્તિ: જાન્યુઆરી, ૨૦૨૨

પૃષ્ઠ: ૧૬૦

પ્રકાશક
મહેન્દ્ર પી. શાહ
નવભારત સાહિત્ય મંદિર
જૈન દેરાસર પાસે, ગાંધી રોડ, અમદાવાદ-૩૮૦૦૦૧
ફોન: (૦૭૯) ૨૨૧૩૯૨૫૩, ૨૨૧૩૨૯૨૧
E-mail : info@navbharatonline.com
Web : www.navbharatonline.com
fb.com/NavbharatSahityaMandir

Cover-Page designed by: Fortune Designing Studio (FDS)
Cover-Text designed by: Nirav Pandya
Illustrations by: Kanji Makwana

અર્પણ

મોટા ભાઈ અને જિગરજાન મિત્ર

તુષાર દવેને...

'નવભારત સાહિત્ય મંદિર' પ્રકાશન અને **મહેન્દ્રભાઈ, કૃણાલભાઈ** અને **રોનકભાઈ** જેવા અત્યંત પ્રેમાળ તેમ જ પારખુ પ્રકાશકોનો ભેટો કરાવવા બદલ અંતઃકરણપૂર્વક આભાર, તુષારભાઈ.

તમારું ઋણ રહેશે મારા પર...

ઋણ-સ્વીકાર

જેમના સાથ-સહકાર વગર 'TEMPLE ધર્મ' પુસ્તકના ઉચ્ચસ્તરીય માર્કેટિંગ ડિઝાઇન, પ્રમોશન, પબ્લિસિટી શક્ય ન બન્યાં હોત;
એવા મારા ભાઈઓ...

હિમાંશુ જોષી,

કિશન જોષી

સહિત

'ફોર્ચ્યુન ડિઝાઇનિંગ સ્ટુડિયો (FDS)' પરિવારના તમામ સભ્યોનો હું હૃદયપૂર્વક આભાર વ્યક્ત કરું છું.

મારાં મંદિરોની મિરાત...

'સનાતન' શબ્દ માટે મને સર્વાધિક પ્રેમ અને આદર છે. ગૌરવ એ વાતનું છે કે જે ભૂમિ પર મારો જન્મ થયો છે, એ અનેક મહાન સંતો-મહંતો-યોગીઓની સાધનાસ્થળી રહી છે. 'સિંધુ' શબ્દમાંથી ઊતરી આવેલા 'હિંદુ' શબ્દને ભારતીયોએ પોતાની ઓળખ બનાવી લીધી, પરંતુ આપણે એ ભૂલી ગયા કે ભારત સનાતનીઓનો દેશ છે, સનાતન આર્યરાષ્ટ્ર છે. રીતિ-રિવાજો, સિદ્ધાંતો અને નીતિ-મૂલ્યોની અનાદિ-વિચારધારા જેણે વિશ્વને આપી, એ ભારતવર્ષ છે.

હું મૂળે અધ્યાત્મવાદી વ્યક્તિ છું, ઊર્જામાં માનનારો માણસ છું. 'મહા-અસુર શ્રેણી'ના દ્વિતીય ભાગ 'નાગપાશ' માટે દક્ષિણ ભારતના પ્રવાસે ગયો, ત્યારે શ્રી પદ્મનાભસ્વામી મંદિરથી શરૂ કરીને મીનાક્ષી અમ્મા મંદિર, સ્વામી વિવેકાનંદ રૉક મૅમોરિયલ, કુમારી અમ્મા મંદિર તેમજ શ્રીલંકામાં ભદ્રકાળી મંદિર, સિંહગીરી પર્વત, લગ્ગલ શિખર, દુનુવિલે, કોણેશ્વર મહાદેવ મંદિર, ટૂથ-રેલિક ટેમ્પલ સહિતનાં ધર્મસ્થાનો જોઈને હું લગભગ અંજાઈ ગયો હતો! મારું આત્મિક શરીર ત્યાંની ઊર્જા સાથે એકાકાર થઈને ભાવવિભોર થઈ ગયું હતું.

'SCIENTIFIC ધર્મ' પુસ્તક જ્યારે લખ્યું, ત્યારથી જ નક્કી હતું કે આ વિષયવસ્તુ પર આખી એક શ્રેણી કરવી છે. એમાંય ખાસ કરીને યુવા-વાચકોએ આ વિચારને વધાવી લીધો, ત્યારે મારી કલમમાં હજાર ઐરાવતનું બાહુબળ ઉમેરાઈ ગયું. શ્રેણીનું પ્રથમ પુસ્તક તર્ક-વિતર્ક અને વૈજ્ઞાનિક સમજૂતીઓથી ભરપૂર હતું, જ્યારે 'TEMPLE ધર્મ' ગોચર-અગોચર તત્ત્વોથી પરિપૂર્ણ છે. આજની તારીખે પણ પુષ્કળ ધર્મસ્થાનો એવાં છે, જ્યાં બનતી ઘટનાઓ આધુનિક સમાજ માટે અચરજનો વિષય છે. આથી ભારતભરનાં ગૂઢાતિગૂઢ પાવન સ્થળોને ઐતિહાસિક, પુરાતત્ત્વીય અને પૌરાણિક દૃષ્ટિકોણ સાથે પ્રસ્તુત કરવાનો વિચાર મેં મારા પ્રકાશક રોનક શાહ સમક્ષ મૂક્યો, જે એમણે સહર્ષ વધાવી લીધો.

તમે તમારા ઘરના પૂજામંદિરમાં બેસીને પાઠ કરી રહ્યા હો અથવા ધર્મસ્થાનમાં જઈને ઈશ્વર સમક્ષ મસ્તક ટેકવી રહ્યા હો ત્યારે આખા શરીરમાં કંપન પેદા કરે એવું લખલખું પસાર થતું કદી અનુભવ્યું છે? આંખ બંધ કરીને ઊભા હો અથવા દેવપ્રતિમા સમક્ષ સાષ્ટાંગ દંડવત્ કરી રહ્યા હો ત્યારે આંખોમાંથી અનાયાસે ક્યારેય અશ્રુધારા વહી છે? બ્રહ્મમુહૂર્તમાં સ્નાનાદિ-કર્મ પૂર્ણ કરીને ધ્યાનમાં બેઠા હો ત્યારે અજાણપણે જ કલાકો સુધી સમાધિમાં સરી પડ્યાનો અનુભવ તમને થયો છે? આમાંથી ઓછામાં ઓછા એક પ્રશ્નનો ઉત્તર પણ જો હકારમાં હોય, તો 'TEMPLE ધર્મ' તમને આ પ્રકારની વધુ ને વધુ અનુભૂતિઓ કરવા માટેની પ્રેરણા, દિશા અને માર્ગદર્શન પૂરાં પાડશે.

આજની પેઢીના બાળકોને એ સવાલ થતો જ હશે કે મંદિરે શા માટે જવાનું? વડીલો કહે છે એટલે? કે પછી ત્યાં ભગવાનનો વાસ છે એટલે? ના. આજથી હજાર વર્ષ પહેલાંનો ઇતિહાસ વાંચો તો સમજાય કે મંદિર-નિર્માણનો હેતુ ફક્ત બંધ આંખે ભક્તિ કરવાનો હતો જ નહીં! હકીકતમાં, મંદિરોને ઊર્જાકેન્દ્રો માનવામાં આવ્યાં છે. કોઈ પણ પ્રાણપ્રતિષ્ઠિત સ્થાન પર જઈને બેસવાથી વ્યક્તિના ભાવશરીરમાં સ્પંદનો પેદા થાય છે, તેની ચેતનાને ક્રમશઃ જાગૃત કરી શકાય છે. દક્ષિણ ભારતમાં તો પુરાણકાળના પંચમહાભૂત (જળ, અગ્નિ, પૃથ્વી, વાયુ અને આકાશ)નાં પાંચ મંદિરો જોવા મળે છે, જેના ચણતરનો ઉદ્દેશ્ય જ માનવદેહના પંચતત્ત્વોને સ્થિર કરવાનો હતો. તમિલનાડુના કોઇમ્બતૂરમાં સ્થિત 'ઈશા ફાઉન્ડેશન'માં ખાસ 'ભૂતશુદ્ધિ'નું આયોજન કરવામાં આવે છે, જે મૂળત્વે પંચતત્ત્વોના વિશુદ્ધીકરણની પ્રક્રિયા છે!

'TEMPLE ધર્મ'માં એવાં ૩૦થી વધુ ધર્મસ્થાનો સમાવિષ્ટ છે, જેનો સનાતન ધર્મના ઇતિહાસ સાથે ઊંડો નાતો છે. 'મૃત્યુંજય' નવલકથા લખી, ત્યારે કથામાં રસ ધરાવતા વાચકોને ધ્યાનમાં રાખ્યા હતા. જ્યારે 'TEMPLE ધર્મ' લખતી વેળા ટૂંકું વાંચવા ટેવાયેલા વાચકમિત્રોને કેન્દ્રમાં રાખ્યા છે. ફક્ત ત્રણ-ચાર પાનાંનું નાનકડું પ્રકરણ વાંચીને પણ વાચકને આખેઆખી નવલકથા વાંચી હોવાની તૃપ્તિ થાય, એ જ મારો ધ્યેય હતો.

આ પુસ્તકની નિર્માણક્રિયા સાથે ઘણા બધા લોકો સંકળાયેલાં છે. સર્વપ્રથમ તો સાહિત્યક્ષેત્રે પોતાનું અદકેરું સ્થાન જમાવી ચૂકેલ 'ફૉર્ચ્યુન ડિઝાઇનિંગ સ્ટુડિયો'ના કર્તાહર્તા અને મારા ભાઈ હિમાંશુ જોષી તથા કિશન જોષીને મારે અહીં અચૂક યાદ કરવા પડે. મારા વિચારો અને શબ્દોને આપ સૌ વાચકમિત્રો સુધી પહોંચાડવામાં એમની ટીમ દ્વારા આયોજિત માર્કેટિંગ-કેમ્પેઇનનો ફાળો બહુ મોટો રહ્યો છે. સમયની સાથે અમારી મિત્રતા તેમજ ભાઈચારો લોહીના સંબંધ

કરતાં પણ વધુ ઘટ્ટ બન્યાં છે, એનો મને અંતરથી ખૂબ રાજીપો છે.

'સાંજ સમાચાર' પરિવારના શ્રી પ્રદીપભાઈ શાહ, કરણભાઈ શાહ અને અંકુરભાઈ શાહનો ખૂબ ખૂબ આભાર. તેમના તરફથી અવિરતપણે મળતાં રહેતાં જોમ અને જુસ્સાને લીધે મને સતત લખતા રહેવાની પ્રેરણા મળે છે. મારી કારકિર્દીના સર્વપ્રથમ મેન્ટર શ્રી જગદીશભાઈ મહેતાને અંતઃકરણથી વંદન. તદ્દુપરાંત મને પોતાના કુટુંબીજનની જેમ સાચવતાં ડૉ. પ્રિયંકા જસાણી, કૃષ્ણકાંત ઉનડકટ, જ્યોતિ ઉનડકટ, કૌશિક મહેતા (ફૂલછાબ), ધર્મેશ જોષી (ખાસ ખબર), તુષાર દવે, દર્શિતા જાની, અમિ-હેતલ પટેલ, શૈલી જાની, ઝાકળભાઈ (કિરીટભાઈ), હર્ષિત પટેલ, સોનલ (શિલ્પા) પટેલ, ઉમંગ મોદી, ડૉ. મહિમા વ્યાસ, યશ પરમાર, નિકેત ભટ્ટ, શીતલ પંડ્યા, અશ્વિની જોશી શાહ, ભાવિન કાનાણી, ધવલ વ્યાસ, રાજ જાવિયા અને આ પુસ્તક માટે ૩૧ નયનરમ્ય પેન્સિલ-સ્કેચ દોરી આપનાર કુશળ કલાકાર કાનજી મકવાણાનો હ્રદયપૂર્વક આભાર. સ્વભાવે હું ભારે ભૂલકણો છું, એટલે ઘણાં નામો ચૂકી ગયો હોઉં એવું શક્ય છે... તો એ તમામ લોકોની માફી ઇચ્છું છું.

મારાં મમ્મી-પપ્પા સરોજબહેન અને યોગેશભાઈનાં ચરણોમાં દંડવત્. એમના આશીર્વાદ વગર એક પણ શબ્દ લખી શકવો અશક્ય છે. તેઓ મારા જીવનના સૌથી મજબૂત આધારસ્તંભ છે. ભલભલા ઝંઝાવાતો સામે હું ટકી શક્યો હોઉં તો એ એમની કૃપા છે. બહેન-બનેવી ધરા-નિરવ અને મારી કાલુડી-વ્હાલુડી નવ્યાને અપાર સ્નેહ.

આમ તો, રોનકભાઈનો મારા પ્રકાશક તરીકે આભાર માનું એના કરતાં નાના ભાઈ તરીકે કૃતજ્ઞતા વ્યક્ત કરું તો વધુ યોગ્ય ગણાશે. મહેન્દ્રઅંકલ, ધર્મિષ્ઠાઆન્ટી, કૃણાલભાઈ, દર્શનાભાભી, રોનકભાઈ, આનલભાભી અને બે વ્હાલસોયા બાબૂડાઓ મહિત-મનિત મારો પરિવાર છે. અમદાવાદ પહોંચીને અડધી રાતે પણ અધિકારપૂર્વક એમના દરવાજે ટકોરા મારી શકું, એટલો પ્રેમ એમનો મારા પર છે. લેખક-પ્રકાશકના સીમાડા વટાવીને અમારો સંબંધ આજે વધુ ગાઢ બન્યો છે, ત્યારે મારે સ્વીકારવું રહ્યું કે આ ગયા ભવોનો પૂર્વાપર સંબંધ છે... ઋણાનુબંધ છે, જેના માટે ફરી એક વખત તુષારભાઈને યાદ કરવા પડે. 'નવભારત સાહિત્ય મંદિર'નાં પગથિયાં ચડાવવાથી માંડીને અનેક કિસ્સાઓમાં યોગ્ય દિશાસૂચન કરનારા આ માણસ—તુષાર દવે—પોતે અનેક કડવા ઘૂંટડાનું પાન કરીને કેટકેટલી જિંદગીઓને પ્રત્યક્ષ કે પરોક્ષ રીતે ખુશહાલ બનાવવાનું કામ કરી રહ્યો છે! લવ યુ, દોસ્ત. તમે હંમેશાં કહો છો એમ, "નક્કી હું ગયા જન્મોનું કંઈક લેણું લઈને આવ્યો છું!"

'નવભારત સાહિત્ય મંદિર'માં પડદા પાછળ રહીને કામ કરી રહેલી આખી ટીમ—હેમા, જસ્મીન, નીરવ, જસુભાઈ, નાણાવટીભાઈ, ભાવિનભાઈ, મહર્ષિ દાદુ સહિત તમામ—ને નતમસ્તક પ્રણામ.

...અને હવે, જેમના ચાર હાથ મારા મસ્તક પર સદાય રહ્યા છે એવાં જગતજનની, પરાશક્તિ, આદિ જગદંબા અને આદિનાથ શંકરના ચરણકમળમાં હું મારી આ ચોથી કૃતિને અર્પણ કરું છું. આ ધર્મયજ્ઞમાં કોઈ ચૂક રહી જતી હોય, તો હું ક્ષમા ઇચ્છું છું... પરમેશ્વર!

न मन्त्रं नो यन्त्रं तदपि च न जाने स्तुतिमहो
न चाह्वानं ध्यानं तदपि च न जाने स्तुतिकथाः।
न जाने मुद्रास्ते तदपि च न जाने विलपनं
परं जाने मातस्त्वदनुसरणं क्लेशहरणम् ॥

'TEMPLE ધર્મ' વાસ્તવમાં ભારતવર્ષની પ્રગટ ચેતના સ્વરૂપ મંદિરોનો સનાતન શુભોનાદ છે. આશા રાખું કે 'મહા-અસુર' શ્રેણીને તમે જેટલો પ્રેમ આપી રહ્યા છો, એટલો જ પ્રેમ 'TEMPLE ધર્મ'ને પણ આપશો.

- પરખ ભટ્ટ

'પુષ્પમ્', બ્લૉક નં-૧/૪૫,
સરકારી કર્મચારી સોસાયટી,
'ઓમકારેશ્વર મહાદેવ મંદિર' સામે,
રૈયા સર્કલ પાસે, ૧૫૦ ફૂટ રિંગ રોડ,
રાજકોટ-૩૬૦૦૦૫.
મોબાઇલ: ૯૭૨૬૫ ૨૫૭૭૨
ઇ-મેઈલ: bhattparakh@yahoo.com

नमस्तेऽस्तु महारौद्रे महाघोरपराक्रमे।
महाबले महोत्साहे महाभयविनाशिनि।।

મહાન ભયનો નાશ કરનારી હે શક્તિ સ્વરૂપા...
આપના મહાબળવાન, મહાપરાક્રમી અને
અત્યંત ઉત્સાહી એવા મહારૌદ્ર અવતારને હું નમન કરું છું.

અનુક્રમણિકા

૧

એક એવું ધર્મસ્થળ, જ્યાં રમાય છે મૃત્યુની રાસલીલા!

આખા વિશ્વમાં રહસ્યોની હારમાળા ધરાવતા દેશોની યાદીમાં ભારતનું નામ સૌથી ટોચ પર મૂકી શકાય. હજુ પણ આપણા દેશમાં એવાં અનેક ધર્મસ્થળો છે, જ્યાંની લૌકિક-અલૌકિક વાતો સમજવામાં માનવ-મગજ નિષ્ફળ ગયું છે. ઉત્તરપ્રદેશનાં મથુરા ડિસ્ટ્રિક્ટમાં આવેલું નિધિવન મંદિર આમાંનું એક છે! શ્રીકૃષ્ણે પોતાનું બાળપણ અહીં વિતાવ્યું હોવાની માન્યતાને કારણે નિધિવનના આ ધાર્મિક સ્થળને 'બાંકે બિહારી મંદિર'ના નામે પણ ઓળખવામાં આવે છે. કાન્હાનાં અનેક નામો છે. મુરલીધર, ગિરિધર, લીલાધર, રણછોડ વગેરે જેવાં દરેક નામો કૃષ્ણની લીલા સાથે સંકળાયેલાં છે. દેવકી અને વસુદેવના આઠમા પુત્ર અને શ્રી હરિના આઠમા અવતાર એવા શ્રીકૃષ્ણે પોતાના જીવનકાળ દરમિયાન પુષ્કળ ચમત્કારો કર્યા છે, જેને આજે આપણે કૃષ્ણલીલાનું નામ આપ્યું છે.

મથુરાની તમામ ગોપીઓ અને રાધા કૃષ્ણને અત્યંત પ્રિય હતાં. વૃંદાવનમાં કૃષ્ણ તેમની સાથે હંમેશાં રાસલીલા રમતાં. નિધિવનના બાંકે બિહારી મંદિરની ગાથા પણ કૃષ્ણની રાસલીલા સાથે જ સંકળાયેલી છે. મંદિરનો મોટો ભાગ એકસરખા આકાર અને કદ ધરાવતાં ઘેઘૂર વૃક્ષોનાં જંગલથી ઘેરાયેલો છે, અહીં સર્વત્ર લીલોતરી છે. ક્યાંય સૂકા કે પાન વગરનાં વૃક્ષોનું નામોનિશાન નથી. આશ્ચર્યની વાત તો છે કે વનની જમીન તદ્દન સૂકી હોવા છતાં સામાન્ય વૃક્ષોની માફક બાર માસ દરમિયાન અહીં ક્યારેય પાનખર ઋતુ દેખા નથી દેતી. એક પણ

વૃક્ષનું થડ સુરેખ રેખામાં જમીન સાથે જોડાયેલું નથી. દરેક થડ-ડાળી એકબીજા સાથે વીંટળાઈને ગૂંચળું બનાવે છે. ગામનાં લોકો દ્વારા ક્યારેય અહીંના વૃક્ષોને પાણી આપવામાં નથી આવતું, છતાં એક પણ વૃક્ષની ઘેઘૂર ઘટામાં રતીભરનો ફેરફાર નથી નોંધાયો!

વનની વચ્ચોવચ આવેલા મંદિરની ઊંચી દીવાલો રાતના સમયે આગંતુકને મંદિરમાં પ્રવેશતાં રોકે છે. પ્રવેશ માટે મંદિરના આગળના ભાગમાં એક દરવાજો મૂકવામાં આવ્યો છે, જે ફક્ત સાંજના આઠ વાગ્યા સુધી જ ખુલ્લો હોય છે. રાધા-શ્રીકૃષ્ણની મૂર્તિની સંધ્યા-આરતી બાદ મંદિરને મોટા તાળા વડે બંધ કરી દેવામાં આવે છે, જેથી ભૂલેચૂકેય કોઈ વ્યક્તિ અંદર જવાની હિંમત ન કરી શકે! સ્થાનિક લોકોની માન્યતા મુજબ, મધ્યરાત્રિએ શ્રીકૃષ્ણ અને રાધા બંને આ મંદિરમાં સૂક્ષ્મદેહે પ્રવેશ કરે છે. વૃંદાવનની તમામ ગોપીઓ પણ અહીં રાસલીલા રમવા આવે છે. ગામવાસીઓને અડધી રાતે મંદિરના ગર્ભગૃહમાંથી ઝાંઝર રણકવાના અવાજો સંભળાય છે.

ગીતગોવિંદ, રાધાવતાર તથા ભાગવતપુરાણ જેવા હિંદુ ગ્રંથોમાં રાધા-કૃષ્ણની રાસલીલાનો વિસ્તૃત ઉલ્લેખ આપેલો છે. કૃષ્ણની ૧૬,૦૦૦ પટરાણીઓ વિશે પણ ઘણી કથાઓ પ્રચલિત છે. નવાઈની બાબત એ છે કે નિધિવનમાં આવેલ કુલ વૃક્ષોની સંખ્યા પણ ૧૬,૦૦૦ છે! લોકોનું માનવું છે કે આ વૃક્ષો ખરેખર કૃષ્ણની ગોપીઓ છે, જે રાતે રૂપ બદલીને મંદિરમાં રાસ રમવા જાય છે અને સવાર પડ્યે ફરી પાછો મૂળ અવતાર (વૃક્ષ) ધારણ કરી લે છે!

મંદિરની કથા જાણી ઘણા જિજ્ઞાસુ અહીં કૃષ્ણનાં પ્રત્યક્ષ દર્શન માટે ખેંચાઈ આવે છે. જ્યારે જ્યારે કોઈ વ્યક્તિએ મંદિરમાં રાત પસાર કરવાનો નિર્ણય કર્યો છે, ત્યારે ત્યારે તેઓ ભયાનક ઘટનાઓનો ભોગ બન્યા છે. મંદિરના ગર્ભગૃહમાં રાત પસાર કરી ચૂકેલી દરેક વ્યક્તિ કાં તો મૃત્યુને ઘાટ ઊતરી ગઈ છે અથવા બહેરી, મૂંગી કે આંધળી થઈ ગઈ છે! આ તમામ ઘટનાઓને ધ્યાનમાં રાખીને મંદિરના પૂજારીઓ પણ હવે સાંજે આઠ વાગતા પહેલાં પોતપોતાના ઘરે પાછા ફરી જાય છે. ગામના લોકો પોતાના ઘરનાં બારી-બારણાં વાસી દે છે. પ્રાતઃ આરતી પહેલાં કોઈ વ્યક્તિ ઘરના દરવાજા નથી ખોલતી. ઘેર જતા પહેલાં પૂજારીઓ કૃષ્ણ-રાધા માટે પલંગ સજાવે છે, જેના પર ફૂલની ચાદર પાથરી ઘરેણાં, સાડી, લીમડાનાં બે દાતણ, બંગડી, ઝાડનાં પાન, પીવા માટે પવિત્ર જળ અને લાડુ તૈયાર રખાય છે. સવારે આ તમામ વસ્તુઓ વિખરાયેલી અવસ્થામાં જોવા મળે છે. પાન ચવાયેલાં પડ્યાં હોય છે, પાણીનો જગ ખાલી થઈ ચૂક્યો હોય છે, લાડુ ખવાઈ ગયા હોય છે અને પલંગ પરનાં પુષ્પો પણ અસ્તવ્યસ્ત અવસ્થામાં મળી આવે છે!

જોવા જેવી વાત છે કે આજુબાજુનાં વાંદરાઓ પણ સંધ્યા સમય બાદ મંદિરથી દૂર ભાગી જાય છે. જંગલનાં વૃક્ષો પર એક પણ પક્ષીએ માળો નથી બનાવ્યો! જીવજંતુનું તો નામોનિશાન સુધ્ધાં નથી! એવી માન્યતા છે કે કૃષ્ણને પ્રાણથી પણ વધુ પ્રિય ગોપીઓ વૃક્ષસ્વરૂપે ત્યાં વસવાટ કરી કાનુડા પ્રત્યેના પોતાના પ્રેમને વર્ણવે છે. લોકવાયકા અનુસાર, સ્વામી હરિદાસ નામના એક સંત શ્રીકૃષ્ણના પ્રખર ભક્ત હતા. તેમની સાધનાથી પ્રસન્ન થઈને કૃષ્ણે તેમને પ્રત્યક્ષ દર્શન પણ દીધાં હતાં. વનની એ જગ્યા આજે 'પ્રાગટ્ય સ્થળ' નામે ઓળખાય છે. દિવસના ભાગે દેશ-વિદેશના યાત્રિકો મંદિરની મુલાકાત લે છે. ઘણા ઇતિહાસકારો અને વૈજ્ઞાનિકોએ પણ મંદિરની મુલાકાત લઈને સંશોધનો કરવાનો પ્રયાસ કર્યો છે, પરંતુ તેમાંનું કોઈ અહીંનાં રહસ્યો પરથી પડદો ઉઠાવી શક્યું નથી!

વૃંદાવનથી સૌથી નજીકનું ઍરપૉર્ટ આગ્રા ખાતે ૬૭ કિલોમીટરના અંતરે આવેલું છે. યાત્રિકો ત્યાં સુધીની ફ્લાઇટમાં બેસી બાદમાં રિક્ષા કે ટેમ્પો પર સવાર થઈ નિધિવન આવી પહોંચે છે. ઉપરાંત, દિલ્હી, મુંબઈ, ચેન્નઈ, બૅંગલોર, કોલકાતા અને આગ્રા જેવાં શહેરોને જોડતી ઘણી એક્સપ્રેસ ટ્રેનો પણ મથુરા રેલ્વેસ્ટેશનથી પ્રાપ્ય છે, જે વૃંદાવનથી ફક્ત ૧૫ કિલોમીટરના અંતરે છે. નજીકના યાત્રાળુઓ દિલ્હી કે આગ્રાથી બસ અથવા ટૅક્સી પકડીને મંદિરનાં દર્શન કરવા આવે છે. શ્રદ્ધાળુઓ માને છે કે નિધિવનમાં વસેલા રાધા-કૃષ્ણની મૂર્તિનાં સાક્ષાત્ દર્શન થકી મોક્ષની પ્રાપ્તિ થઈ શકે છે. આમ જોવા જઈએ તો, બાંકે બિહારી મંદિર કોઈ તીર્થસ્થાનથી કમ નથી, પરંતુ અહીંની બિહામણી ઘટનાઓએ જે રીતે યાત્રાળુઓના ભોગ લીધા છે તેને લીધે સાંજે પાંચ વાગ્યા પછી મંદિરના દર્શન બંધ કરી દેવાયાં છે!

શું ખરેખર નિધિવનના આ કૃષ્ણ-મંદિરમાં મધરાત્રિએ રાસલીલા રચાય છે? જંગલની બરાબર વચ્ચે આવેલા આ મંદિરનું એવું કયું રહસ્ય છે જેના લીધે પશુ-પક્ષીઓ પણ સંધ્યા સમય બાદ ત્યાં આશરો લેવાનું પસંદ નથી કરતાં?! શા માટે વિજ્ઞાનીઓ પણ મંદિરની હકીકત જાણવામાં નિષ્ફળ રહ્યા? સવાલો પુષ્કળ છે, પરંતુ જવાબો એકેય નહીં! આ એક એવું રહસ્ય છે, જેને ઉકેલી શકવું સરળ નથી.

❖

૨

પાકિસ્તાને ફેંકેલા ત્રણ હજાર બૉમ્બ આદિશક્તિ સામે બન્યા બિનઅસરકારક!

બૉમ્બ ફૂટે તો શું પરિણામ આવે? ઘણા માણસો ઘાયલ થાય, કેટલાયનો જીવ જાય, સાથે માલ-મિલકતનું નુકસાન તો ખરું જ! જો ફક્ત એક બૉમ્બ આટલું નુકસાન કરી શકે, તો જરાક વિચારો કે કોઈક જગ્યાએ ત્રણ હજાર બૉમ્બ ફેંકવામાં આવે તો શું હાલત થાય એ સ્થળની? કદાચ આખેઆખું શહેર નકશા ઉપરથી ગાયબ થઈ જાય એવું પણ બને! આપણા દેશમાં એક એવું મંદિર છે, જ્યાં પાકિસ્તાને યુદ્ધ દરમિયાન ત્રણ હજાર બૉમ્બ ફેંકીને એને તોડવાનો ખૂબ પ્રયત્ન કર્યો, છતાં એ દેવાલયને કોઈ પ્રકારનું નુકસાન પહોંચાડી શક્યું નહીં! એ મંદિર આજે પણ ત્યાંનું ત્યાં જ ઊભું છે. અડીખમ! આટલા બધા વિસ્ફોટકોથી હુમલો થયા બાદ, કોઈ બાંધકામની ઈંટ સુધ્ધાં ખરે નહીં એ વળી કઈ રીતે શક્ય છે?

'તનોટ માતા'નું મંદિર. રાજસ્થાનના જેસલમેરથી ૧૩૦ કિલોમીટર દૂર, ભારત-પાકિસ્તાનની સરહદ નજીક સ્થિત છે. આ દેવાલય અતિ પ્રાચીન અને લગભગ ૧૨૦૦ વર્ષ જૂનું છે, તેથી જ હંમેશાં શ્રદ્ધાળુઓની આસ્થાનું કેન્દ્ર બની રહ્યું. વર્ષ ૧૯૬૫ના ભારત-પાકિસ્તાન યુદ્ધ બાદ, આ મંદિર પોતાના ચમત્કારોને લીધે દેશ-વિદેશમાં પ્રખ્યાત થયું તથા ભારતીય સૈનિકો અને સરહદનાં રક્ષાદળો માટે વિશેષ શ્રદ્ધાનું સ્થળ બની ગયું.

૧૯૬૫ની સાલમાં થયેલા ભારત-પાકિસ્તાન યુદ્ધમાં દુશ્મન દેશની સેનાએ

તનોટ પર આક્રમણ કરતા પહેલાં બુએલી (કિશનગઢથી ૭૪ કિલોમીટર પૂર્વમાં), સાદેવાલા શાહગઢ પશ્ચિમમાં અને ઉત્તરમાં અચરી ટીબ્બાથી ૬ કિલોમીટર દૂર સુધીના ક્ષેત્ર પર પોતાનો કબજો જમાવી લીધો હતો. તનોટ ત્રણેય દિશાઓથી ઘેરાયેલું હતું. જો શત્રુ તનોટ ઉપર પોતાનો કબજો કરવામાં સફળ થઈ ગયા હોત, તો રામગઢથી શાહગઢના ભાગ ઉપર ખુદનો હક જમાવી શકે તેમ હતા, તેથી તનોટ બંને દેશના સૈન્ય માટે બહુ મહત્ત્વપૂર્ણ સ્થાન હતું.

તારીખ ૧૭થી ૧૯ નવેમ્બર, ૧૯૬૫, તનોટ પર ત્રણેય દિશાઓમાંથી પાકિસ્તાની સૈન્યએ ભારે વિસ્ફોટકોથી હુમલો શરૂ કર્યો! શત્રુઓ તનોટ પર સતત તોપના ગોળા વરસાવી રહ્યા હતા. પ્રતિકારસ્વરૂપે તનોટને બચાવવા માટે, મેજર જયસિંહના હાથમાં જવાબદારી સોંપવામાં આવી. ભારતીય સેનાના થોડા સૈનિકો સાથે એ દુશ્મન સેનાનો સામનો કરી રહ્યા હતા.

જેસલમેરથી તનોટ તરફ જવાના માર્ગ ઉપર ગનતલી માતાના મંદિરની પાસે, પાકિસ્તાનીઓએ એન્ટી-પર્સનલ અને એન્ટી-ટેન્ક માઈન્સ લગાવીને તનોટ તરફ મોકલવામાં આવતી મદદ બંધ કરી દીધી હતી, જેથી ભારતીય સેના ઉપર સરળતાથી વિજય મેળવી શકાય.

પાકિસ્તાની સૈન્ય દ્વારા ત્રણ હજાર બૉમ્બ મંદિરની આસપાસ ફેંકવામાં આવ્યા, પણ મોટા ભાગના ગોળા અલૌકિક રીતે પોતાના લક્ષ્યની દિશાથી ભટકી ગયા અને બીજી જગ્યા પર જઈને પડ્યા! દુશ્મન સૈન્ય દ્વારા મંદિરને નિશાન બનાવીને ૪૫૦ બૉમ્બ છોડવામાં આવ્યા, એમ છતાં એક પણ ગોળો મંદિર સુધી પહોંચી શક્યો નહીં! ચમત્કારિક રીતે, ઘણા બૉમ્બ મંદિરની આજુબાજુ પડ્યા અને કેટલાક મંદિરની અંદર પડ્યા, પરંતુ ફૂટ્યા જ નહીં! દેવાલયને વિસ્ફોટકોથી નાનીઅમથી પણ આંચ આવી નહીં અને કોઈ નુકસાન વગર, મંદિર એવું ને એવું ત્યાં સ્થિત રહ્યું.

માતાજી અમારી સાથે છે એવી શ્રદ્ધા સાથે, ઓછી સંખ્યામાં હોવા છતાં આપણા સૈનિકોએ સંપૂર્ણ આત્મવિશ્વાસ અને હિંમતથી શત્રુઓ પર હુમલો કર્યો અને એમને હરાવી મોતને ઘાટ ઉતારી દીધા. આપણા જવાનો સામે શત્રુસેના મેદાન છોડીને ભાગી જવા વિવશ થઈ ગઈ. માતાના આશીર્વાદ અને સૈનિકોના આત્મવિશ્વાસથી આપણો વિજય થયો.

એવું કહેવાય છે કે માતાજીએ સૈનિકોના સ્વપ્નમાં આવીને કહ્યું કે, 'જ્યાં સુધી તમે મંદિરની જગ્યામાં રહેશો ત્યાં સુધી હું તમારી રક્ષા કરીશ.' વર્ષ ૧૯૬૫ની લડાઈ પછી આ મંદિરની જવાબદારી બી.એસ.એફ. (સીમા સુરક્ષા દળ)એ લઈ લીધી, ત્યાર પછી એ જગ્યા પર પોતાની એક નવી ચોકી બનાવી. મંદિરની વ્યવસ્થાનો કાર્યભાર પણ બી.એસ.એફ.એ પોતાના હાથમાં લઈ લીધો છે.

થોડા સમય બાદ ફરી, ૪ ડિસેમ્બર, ૧૯૭૧માં પાકિસ્તાને ભારતના લોંગેવાલા ઉપર ટેન્કોથી હુમલો કર્યો. એ રાતે પંજાબ લશ્કરી છાવણીના સૈનિકો અને બી.એસ.એફ.ની એક સૈન્ય ટુકડીએ મળીને દુશ્મનનો સામનો કર્યો, તેમ જ માતાની કૃપાથી લોંગેવાલામાં પાકિસ્તાની ટેન્કોનું કબ્રસ્તાન બનાવી દીધું હતું. લોંગેવાલા તનોટ માતાના દેવાલયની પાસે જ આવેલું છે. ત્યાં પ્રાપ્ત થયેલા વિજય બાદ, દેવાલયની જગ્યા નજીક એક વિજય સ્તંભનું નિર્માણ કરવામાં આવ્યું, જ્યાં હવે દર વર્ષે ૧૬મી ડિસેમ્બરના દિવસે શહીદ સૈનિકોની યાદમાં ઉત્સવ ઉજવાય છે.

તનોટ માતાને 'આવડ માતા'ના નામથી પણ પૂજવામાં આવે છે તથા એમને હિંગળાજ માતાનું જ એક સ્વરૂપ મનાય છે. હિંગળાજ માતાની શક્તિપીઠ પાકિસ્તાનના બલૂચિસ્તાનમાં સ્થિત છે. પ્રતિ વર્ષ અશ્વિન અને ચૈત્રી નવરાત્રિમાં અહીં વિશાળ મેળાનું આયોજન થાય છે તથા શ્રદ્ધાળુઓ એમાં ભાગ લે છે.

તનોટ માતા મંદિરના ઇતિહાસની વાત કરીએ, તો પ્રાચીન સમયમાં મામડિયા નામે એક ચારણ હતા. એમને કોઈ સંતાન ન હોવાથી સંતાન પ્રાપ્ત કરવાની ઝંખનાને લીધે એમણે હિંગળાજ શક્તિપીઠની સાત વખત પદયાત્રા કરી. એમની ભક્તિથી પ્રસન્ન થઈને એકવાર માતાએ એમને સ્વપ્નમાં દર્શન આપ્યાં અને ઇચ્છા પૂછી, તો ચારણે ઇચ્છા વ્યક્ત કરતાં કહ્યું કે, 'તમે મારે ત્યાં જન્મ લો.'

માતાની કૃપાથી ચારણને ત્યાં ૭ બાળકીઓ અને એક બાળકનો જન્મ થયો. એ જ સાત બાળકીઓમાંથી એક એટલે આવડ. જેમણે વિક્રમ સંવત ૮૦૮માં ચારણને ત્યાં જન્મ લીધો અને પોતાના ચમત્કાર બતાવવાનું શરૂ કર્યું. સાતેય બાળકીઓ દૈવીય શક્તિઓ ધરાવતી હતી. તેઓએ હૂણોના આક્રમણથી માડ પ્રદેશની રક્ષા કરેલી. માડ પ્રદેશમાં આવડ માતાની કૃપાથી ભાટી રાજપૂતોનું નક્કર રાજ્ય સ્થાપિત થયું તેમ જ રાજા તણુંરાવ ભાટીએ આ જગ્યાને પોતાની રાજધાની બનાવીને આવડ માતાને સ્વર્ણ સિંહાસન ભેટમાં આપ્યું. વિક્રમ સવંત ૮૨૮માં આવડ માતાએ પોતાના ભૈતિક શરીરમાં રહેતાં અહીં પોતાની સ્થાપના કરી. ત્યાર બાદ ત્યાં મંદિરનું નિર્માણ થયું. માતાના મંદિરમાં સેંકડો વર્ષોથી અખંડ જ્યોત પ્રજ્વલિત છે, જે આજે પણ ઝળહળી રહી છે.

વર્તમાન સમયમાં પણ મંદિરની દેખરેખ તથા એમાં થતાં આયોજનો બી.એસ. એફ.ની એક સંસ્થા દ્વારા કરવામાં આવે છે, જેનું નામ 'તનોટ માતા ટ્રસ્ટ' છે. દેવાલયમાં પાકિસ્તાન દ્વારા ફેંકવામાં આવેલા બૉમ્બ જે ફૂટ્યા ન હતા, એ આજે પણ મંદિરમાં બનેલા સંગ્રહાલયમાં ભક્તોનાં દર્શન હેતુ રાખવામાં આવ્યા છે.

❖

૩

ચાર સદીઓથી જીવિત છે... એક મૃત શરીર!

કોઈ પણ વ્યક્તિના મૃત્યુ બાદ એના મૃત શરીરનો શક્ય એટલી ત્વરાથી અંતિમ સંસ્કાર કરી દેવામાં આવે છે, જેથી શરીર સડવાની પ્રક્રિયાનો આરંભ ન થાય અને એમાંથી ખરાબ વાસ ન આવે! પહેલાંની કેટલીક સભ્યતાઓમાં શરીરમાં સડો ન પેસે એ માટે શબને સંરક્ષિત કરીને એનું 'મમી' બનાવી દેવામાં આવતું હતું, જેથી સદીઓ સુધી એનું અસ્તિત્વ જળવાઈ રહે. પરંતુ શું એ સંભવ છે કે કોઈ પ્રકારનો મસાલા ભર્યા વગર અથવા એનું સંરક્ષણ કર્યા વિના સદીઓ સુધી મૃત શરીર તાજું રહે? એમાંથી કોઈ દુર્ગંધ ન આવે? એમાં સડો ન પેસે? વૈજ્ઞાનિક દૃષ્ટિકોણથી વિચારવા જઈએ તો, આ તદ્દન અસંભવ જણાતી બાબત છે, પરંતુ આ સંસારમાં એવી ઘણી ઘટનાઓ છે, જ્યાં માણસનો તર્ક નાકામયાબ નીવડે છે.

ઓલ્ડ ગોવાના 'બેસિલિકા ઑફ બૉમ જિસસ' ચર્ચમાં રાખવામાં આવેલા સેન્ટ ફ્રાંસિસ ઝેવિયરનું મૃત શરીર સાડા ચારસો કરતાં પણ વધુ વર્ષોથી કોઈ લેપ કે ઔષધિ વગર આજની તારીખે પણ એકદમ તરોતાજા જોવા મળે છે! આશ્ચર્ય થાય એવી વાત છે કે, સેન્ટ ફ્રાંસિસ ઝેવિયરના મૃત શરીરને તદ્દન સામાન્ય અવસ્થામાં સાચવીને રખાયું છે, કોઈ વિશેષ ટ્રીટમેન્ટ એને નથી મળી રહી. વિજ્ઞાને આટલી પ્રગતિ સાધી લીધી હોવા છતાં વૈજ્ઞાનિકો આ રહસ્ય જાણવામાં અસફળ રહ્યા છે કે શા માટે સેન્ટ ફ્રાંસિસના શરીરમાં આજ સુધી કોઈ સડો નથી પેઠો! સંતના શરીરનું યથાવત્ રહેવું એ આધુનિક વિજ્ઞાન માટે કોઈ પડકારથી કમ નથી.

સેન્ટ ફ્રાંસિસ ઝેવિયર

કેથલિક સંપ્રદાયના લોકો સેન્ટ ફ્રાંસિસ ઝેવિયરનું નામ અત્યંત આદરભાવપૂર્વક લે છે. એમનો જન્મ સ્પેનના એક રાજવી પરિવારમાં થયો હતો. એમનું વાસ્તવિક નામ હતું : ફ્રાંસિસ્કો દ' ઝેવિયર જાસૂસ! એમણે પોતાના ઘરનો ત્યાગ કરીને કેથલિક ધર્મનો પ્રચાર કરવાનો નિર્ણય લીધો. ધર્મ-પ્રચારક હોવાને કારણે એમનું નામ પડી ગયું, સેન્ટ ફ્રાંસિસ. તેઓ એમની અલૌકિક શક્તિઓને કારણે ખૂબ પ્રખ્યાત થયા. ગોવાની રાજધાની પણજીથી લગભગ ૧૦ કિલોમીટર દૂર જૂનું ગોવા આવેલું છે. પહેલાંના સમયમાં એને 'પૂર્વનું વેનિસ' ગણવામાં આવતું હતું. આ નગર સાથે સેન્ટ ફ્રાંસિસને ભારે લગાવ હતો. તેઓ અહીં રોકાઈ ગયા. પોપ(રોમ)ના પ્રતિનિધિ હોવાને કારણે ધર્મપ્રચારની જવાબદારી એમણે પોતાના માથે લઈ લીધી. પૂર્વની જોખમસભર સમુદ્રીયાત્રા એમણે વર્ષ ૧૫૫૧માં શરૂ કરી. સફર દરમિયાન તેઓ ભોજાવિક, માલિંદી (કેન્યા), સોક્રેતા થઈને ગોવા પહોંચ્યા! ઓલ્ડ ગોવાને પોતાનું કાયમી નિવાસસ્થાન બનાવી ઘણો સમય ત્યાંના આસપાસનાં ક્ષેત્રોમાં તેમણે ધર્મનો પ્રચાર-પ્રસાર કર્યો ત્યાર બાદ તો એમણે ઘણા દેશોની યાત્રા કરી. ૩ ડિસેમ્બર, ૧૫૫૨ના રોજ સાંકિયાન દ્વીપ (ચીન)માં પ્રચાર દરમિયાન સેન્ટ ફ્રાંસિસ ઝેવિયરનું મૃત્યુ થયું. મૃત શરીરને કૉફિનમાં રાખીને મલક્કા લઈ જવામાં આવ્યું. અંતિમ સંસ્કારના ચાર મહિના પછી એમના શિષ્યોએ શ્રદ્ધાસુમન અર્પિત કરવા માટે સેન્ટ ફ્રાંસિસ ઝેવિયરનું તાબૂત ખોલ્યું. સૌના આશ્ચર્યની વચ્ચે, સેન્ટના શરીરને જે અવસ્થામાં ચાર મહિના પહેલા મૂક્યું હતું, એવી જ તરોતાજગી હજુ પણ જોવા મળી રહી હતી. આ ઘટનાને દૈવીય ચમત્કાર માનીને શિષ્યો સેન્ટ ફ્રાંસિસ ઝેવિયર્સના પાર્થિવ શરીરને ફરી એમના કર્મસ્થળ ગોવા લઈ આવ્યા. સર્વપ્રથમ તો એમના દેહને સેન્ટ પૉલ કૉલેજમાં રાખવામાં આવ્યો ત્યાર બાદ ૧૬૧૩ની સાલમાં 'પ્રોફેસ્ડ હાઉસ ઑફ કેમ જિસસ' ખાતે! સેન્ટના શરીરને ચાંદીના એક મોટા પિટારામાં રાખીને 'બેસેલિકા ઑફ બૉમ જિસસ'માં સ્થાન આપવામાં આવ્યું.

આજદિન સુધીમાં સેન્ટ ફ્રાંસિસ ઝેવિયર્સના પાર્થિવ શરીરને ઘણી વખત છિન્નભિન્ન કરવામાં આવ્યું છે. ૧૫૫૩ની સાલમાં એક સેવક જ્યારે એમના શરીરને સિંકિયાનથી મલક્કા લઈને આવતો હતો, એ દરમિયાન જહાજના કૅપ્ટનને પ્રમાણ આપવા માટે એમના ઘૂંટણથી માંસનો ટુકડો કાઢી લેવાયો. વર્ષ ૧૫૫૪માં એક પોર્ટુગલ મહિલા યાત્રી એમની એડી(પગની પાની)નું માંસ કાઢીને પવિત્ર અવશેષના રૂપમાં પોતાની સાથે પોર્ટુગલ લઈ ગઈ. સેન્ટ ફ્રાંસિસ ઝેવિયર્સની

એડી એમના પગથી અલગ થઈ ગઈ, જેના લીધે બેસિલિકાના 'એક્રાઇટી'માં ક્રિસ્ટલના એક પાત્રમાં તેને જુદી રાખવામાં આવી. ઈ.સ. ૧૬૯૫માં સેન્ટ ફ્રાંસિસ ઝેવિયર્સના હાથ-બાજુ (ભુજા)ના ભાગને રોમ મોકલવામાં આવ્યો, જે 'ચર્ચ ઑફ ગેસૂ' ખાતે ગોઠવી દેવાયો. જમણા હાથનો કેટલોક ભાગ ૧૬૧૯ની સાલમાં જાપાનના 'જેસુએટ પ્રોવિન્સ'માં રાખવામાં આવ્યો. પેટનો અમુક હિસ્સો અલગ પાડીને અલગ અલગ સ્થળોએ સ્મૃતિ-અવશેષ તરીકે રાખવામાં આવ્યા. સેન્ટ ફ્રાંસિસ ઝેવિયર્સના મૃત શરીરને લોકોના દર્શનાર્થે સર્વપ્રથમ ઈ.સ. ૧૬૬૨ની સાલમાં ખુલ્લું મૂકવામાં આવ્યું. વર્તમાન સમયમાં પણ સંતના શરીરને બેસિલિકા હૉલના ખુલ્લા પ્લૅટફૉર્મ પર દર્શનાર્થીઓ માટે જાહેરમાં રાખવામાં આવે છે.

❖

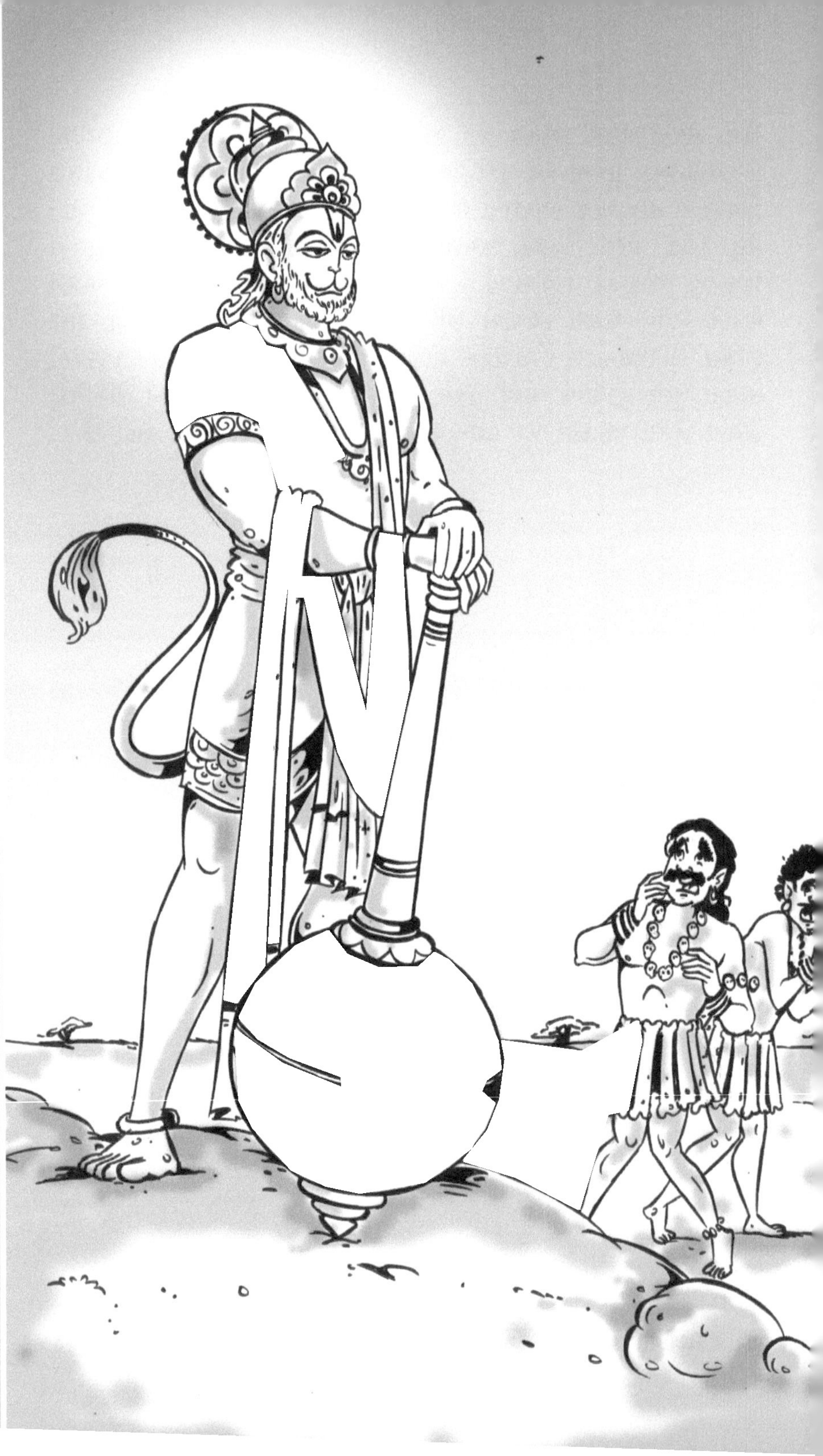

૪

પ્રેતરાજ સરકાર, કોટવાલ કપ્તાન અને મહેંદીપુર બાલાજી!

એવું કહેવાય છે કળિયુગમાં જે જાગૃત દેવી-દેવતાઓ છે. એમાંના એક હનુમાન છે, જેઓ આજે પણ સાક્ષાત્ સ્વરૂપમાં ધરતી પર છે. ભક્તોની એમના પ્રત્યે શ્રદ્ધા અને આસ્થા અતૂટ છે. આમ તો દેશમાં હનુમાનનાં લાખો મંદિરો આવેલાં હશે, પણ રાજસ્થાનના દૌસા જિલ્લાની નજીક બે પર્વતોની વચ્ચે વસેલા ગામના ઘાટા મહેંદીપુર બાલાજીની વાત જ કંઈ અલગ છે. મહેંદીપુર બાલાજીને દુષ્ટ આત્માઓથી છુટકારો અપાવવા માટેનું, દિવ્ય શક્તિથી પ્રેરિત હનુમાનનું બહુ જ શક્તિશાળી દેવસ્થાન માનવામાં આવે છે! અહીં કેટલાક લોકો સાંકળથી બાંધેલા અને ઊંધા લટકાવેલા જોવા મળી શકે છે! તમને ગળે ઊતરે કે ન ઊતરે, પણ જેમણે મહેંદીપુર બાલાજીના પરચાનો અનુભવ કર્યો છે તેઓ પ્રેતાત્માના અસ્તિત્વનો મક્કમતાથી સ્વીકાર કરે છે.

જયપુરથી લગભગ ૬૫ કિલોમીટર દૂર આવેલું આ મંદિર, બે પહાડીઓ વચ્ચેની ખીણમાં સ્થિત હોવાના કારણે 'ઘાટા મહેંદીપુર' તરીકે ઓળખાય છે. ગીતાપ્રેસ ગોરખપુર પ્રકાશિત 'હનુમાન અંક' અનુસાર, આ દેવાલય અંદાજિત ૧૦૦૦ વર્ષ જૂનું છે! અહીં વિશાળ શિલામાં હનુમાનજીની આકૃતિ આપોઆપ ઊપસી આવી હતી! એને જ હનુમાનજીનું સ્વરૂપ માનવામાં આવે છે. એમના ચરણોમાં એક નાનો કુંડ છે, જેનું પાણી ક્યારેય ખાલી થતું નથી! મંદિર તથા અહીંના હનુમાનજીનો વિગ્રહ અતિ શક્તિશાળી અને ચમત્કારી માનવામાં આવે છે.

પીડિતોને અહીં સાંકળથી બાંધીને લાવવામાં આવે છે!

કહેવાય છે કે ઘણાં વર્ષો પહેલાં હનુમાનજી અને પ્રેતરાજ અરવલ્લી પર્વત પર પ્રગટ થયા હતા! દુષ્ટ આત્માઓ અને કાળા જાદુના રોગથી છુટકારો મેળવવા માટે શ્રદ્ધાળુઓ મહેંદીપુર બાલાજીના ચરણોમાં માથું ટેકવવા આવે છે. મંદિરના વિદ્વાનો એમને રોગોથી મુક્તિ મેળવવા માટે ઉપચાર કરે છે. શનિવાર અને મંગળવાર, આ બે દિવસ અહીં આવનારા ભક્તોની સંખ્યા હજારોમાં પહોંચી જાય છે. ઘણા બધા ગંભીર રોગીઓને લોખંડની સાંકળોથી બાંધીને મંદિરમાં લાવવામાં આવે છે. સામાન્ય લોકોનો તો આત્મા કંપી ઊઠે એવી એમની દશા હોય છે! મંદિર સામે મોટેમોટેથી બૂમો પાડીને લોકો પોતાની અંદરના દુષ્ટાત્માઓ વિશે જણાવે છે, જેની સાથે એમનો દૂર દૂર સુધી કોઈ સંબંધ નથી હોતો. અહીં આવવાથી જ ખબર પડી જાય છે કે નકારાત્મક ઊર્જા માણસને કેટલી હદે પ્રતાડિત કરી શકે છે! આવા લોકો અહીં કોઈ પણ પ્રકારની દવા કે તંત્ર-મંત્ર વિના સ્વસ્થ થઈને પાછા ફરે છે!

પ્રસાદ આરોગતાંની સાથે જ ઝૂમવા માંડે છે પીડિત લોકો

પ્રસાદનો લાડુ મોંમાં મૂકતાની સાથે જ ભૂત-પ્રેત સ્વયં એના શરીરમાં આવીને બૂમો પાડવા માંડે છે. ક્યારેક એ પોતાનું માથું ધુણાવે, તો ક્યારેક જમીન પર આળોટવા લાગે! પ્રેતાત્માથી પીડિતો અહીં જે ક્રિયાઓ આપોઆપ કરે છે, એ કોઈ સામાન્ય માણસ માટે સંભવ નથી. પ્રેતનાશક વિધિ બાદ એ બાલાજીના શરણમાં આવી જાય છે ત્યાર પછી એને હંમેશાં માટે આ પ્રકારની અગોચર તકલીફોમાંથી મુક્તિ મળી જાય છે. બાલાજી મહારાજના મંદિરમાં સવારે અને સાંજે લગભગ ચાર-ચાર કલાક પૂજા થાય છે.

પ્રેતરાજ સરકાર અને કોટવાલ કપ્તાનના મંદિર

બાલાજી મહારાજ સિવાય અહીં શ્રી પ્રેતરાજ સરકાર અને શ્રી કોટવાલ કપ્તાન(ભૈરવ)ની પ્રતિમાઓ પણ છે. જ્યાં પ્રેતરાજ સરકાર દંડાધિકારીના પદ પર બિરાજિત છે, ત્યાં ભૈરવજી કોટવાલના પદ પર! દુ:ખી વ્યક્તિએ મંદિરમાં આવીને ત્રણેવ દેવગણોને પ્રસાદ ચઢાવવો પડે છે. બાલાજીને લાડુ, પ્રેતરાજને બાફેલા ભાત અને કોટવાલ કપ્તાન(ભૈરવ)ને અડદનો પ્રસાદ ચઢાવવામાં આવે છે. આ પ્રસાદમાંથી બે લાડુ રોગીને ખવડાવવામાં આવે છે. શેષ પ્રસાદ પશુ-પક્ષીઓ માટે મૂકવામાં આવે છે. એવું કહેવાય છે કે પશુ-પક્ષીઓના સ્વરૂપમાં દેવતાઓના દૂત પ્રસાદ ગ્રહણ કરતા હોય છે.

શ્રી પ્રેતરાજ સરકાર

બાલાજી દેવાલયમાં પ્રેતરાજ સરકાર દંડાધિકારીના પદ પર બિરાજિત છે. પ્રેતરાજ સરકારના વિગ્રહ પર પણ ચોલો ચઢાવાય છે. દુષ્ટ આત્માઓને દંડ આપવાવાળા દેવતાના રૂપે પ્રેતરાજ સરકારને પૂજવામાં આવે છે. ભક્તિભાવથી એમની આરતી, ચાલીસા, કીર્તન, ભજન વગેરે કરવામાં આવે છે. બાલાજીના સહાયકો દેવતા સ્વરૂપે પ્રેતરાજ સરકારની આરાધના કરે છે.

કોટવાલ કપ્તાન શ્રી ભૈરવ દેવ

કોટવાલ કપ્તાન, શ્રી ભૈરવ દેવ ભગવાન શિવના અવતાર છે. ભોળાનાથની માફક તેઓ પણ ભક્તોની અલ્પ પૂજા-અર્ચનાથી જલદી પ્રસન્ન થઈ જાય છે. ભૈરવ મહારાજ ચતુર્ભુજ છે. એમના હાથમાં ત્રિશુળ, ડમરું, ખપ્પર તથા પ્રજાપતિ બ્રહ્માનું પાંચમું કપાયેલું માથું રહે છે. એ કમરમાં વાઘામ્બર નહીં, પણ લાલ વસ્ત્ર ધારણ કરે છે. એ ભસ્મનો લેપ કરે છે. એમની મૂર્તિઓ પર ચમેલીના સુગંધયુક્ત તલના તેલમાં સિંદૂર ભેળવીને ચોલો ચઢાવવામાં આવે છે. શાસ્ત્રો અને લોકકથાઓમાં ભૈરવનાં અનેક સ્વરૂપોનું વર્ણન છે. શ્રી બાલ ભૈરવ અને શ્રી બટુક ભૈરવ, ભૈરવ દેવના બાળસ્વરૂપ છે. પ્રસાદના સ્વરૂપમાં એમને અડદની દાળનાં વડાં અને ખીરનો ભોગ ચઢાવવામાં આવે છે, પરંતુ કેટલીક વખત ભક્તો બુંદીના લાડુ પણ ચઢાવે છે. કોઈ સામાન્ય સાધક પણ બાલાજીની સેવા ઉપાસના કરી ભૂત-પ્રેત ઉતારવામાં સમર્થ થઈ જાય છે. આ કાર્યમાં બાલાજી એમની સહાયતા કરે છે. એ પોતાના ઉપાસકને એક દૂત આપે છે, જે સતત એની સાથે રહે છે!

શહેનશાહોએ કર્યો હતો મૂર્તિને નષ્ટ કરવાનો પ્રયત્ન!

કહેવામાં આવે છે કે મુસ્લિમ શાસનકાળમાં કેટલાક સમ્રાટોએ આ મૂર્તિને નષ્ટ કરવાનો પ્રયત્ન કર્યો હતો. દરેક વખતે સમ્રાટ નિષ્ફળ થયા. મૂર્તિની જગ્યાએ તેઓ જેટલું ખોદાવતા ગયા, પ્રતિમાના મૂળિયાં એટલાં જ ઊંડાં ઊતરતાં ગયાં! અંતે થાકી હારીને એમણે પોતાના પ્રયત્નો છોડવા પડ્યા. બ્રિટિશશાસન દરમિયાન ઈ.સ ૧૯૧૦માં બાલાજીએ પોતાનો કરોડો વર્ષ જૂનો ચોલો આપમેળે ત્યજી દીધો! ભક્તજન આ ચોલાને લઈને નજીકનાં મંડાવર રેલ્વેસ્ટેશન પહોંચ્યા, જ્યાંથી એમણે ચોલાને ગંગામાં પ્રવાહિત કરવા જવાનું હતું. બ્રિટિશ સ્ટેશન-માસ્ટરે ચોલાને લઈ જવાની ના પાડી અને બદલામાં અમુકતમુક રકમની માંગણી કરી. ચોલાને જપ્ત

કર્યા બાદ તે જેવો એને વાળવા લાગ્યો કે તરત ચમત્કારી ચોલો ક્યારેક બહુ મોટો થઈ જતો, તો ક્યારેક સાવ નાનો! દુવિધામાં પડેલા સ્ટેશન-માસ્ટરે અંતે ચોલાને એમ જ જવા દેવો પડ્યો. આખરે એણે પણ બાલાજીના ચમત્કારને નમસ્કાર કર્યા. એ ઘટના બાદ, બાલાજીને નવો ચોલો ચઢાવવામાં આવ્યો અને ફરી નવા ચોલા સાથે એક નવી જ્યોતિ ઝળહળી ઊઠી હતી.

❖

મહેંદીપુર બાલાજીને દુષ્ટ આત્માઓથી છુટકારો અપાવવા માટેનું, દિવ્યશક્તિથી પ્રેરિત હનુમાનનું બહુ જ શક્તિશાળી દેવસ્થાન માનવામાં આવે છે! અહીં કેટલાક લોકો સાંકળથી બંધાયેલા અને ઊંધા લટકેલા જોવા મળી શકે છે! તમને ગળે ઊતરે કે ન ઊતરે, પણ જેમણે મહેંદીપુર બાલાજીના પરચાનો અનુભવ કર્યો છે, તેઓ પ્રેતાત્માના અસ્તિત્વનો મક્કમતાથી સ્વીકાર કરે છે.

૫

મહાભારતના શાપિત આત્માનું કળિયુગ-ભ્રમણ!

મહાભારતના યુદ્ધ વખતે શ્રીકૃષ્ણને બરાબર ખ્યાલ હતો કે જ્યાં સુધી ગુરુ દ્રોણ પરાજિત નહીં થાય ત્યાં સુધી પાંડવોની જીત અસંભવ છે. દ્રોણાચાર્યને શસ્ત્રહીન કરવા અશક્ય હતા, જેની પાછળ તેમનું દૃઢ મનોબળ અને ઉત્કૃષ્ટ યુદ્ધકલા કારણભૂત હતી, પરંતુ તેમની એકમાત્ર નબળાઈ તેમનો પુત્ર અશ્વત્થામા હતો. કૃષ્ણ જાણતા હતા કે અશ્વત્થામાના મૃત્યુના સમાચાર જ ગુરુ દ્રોણને આહત કરી શકશે, પણ આ સમાચાર ફેલાવે કોણ? દ્રોણાચાર્ય શ્રીકૃષ્ણની યુદ્ધનીતિ વાકેફ હતા આથી નજરે જોયા વગર કોઈની વાત પર ભરોસો કરી લે તેવા કાચાપોચા પણ નહોતા! કૃષ્ણે એક આખરી ઉપાય તરીકે યુધિષ્ઠિરનો ઉપયોગ કરવાનું નક્કી કર્યું. સૌ કોઈ યુધિષ્ઠિરની પ્રામાણિકતા અને સત્ય-ઉચ્ચારણની પ્રતિજ્ઞાથી વાકેફ હતા. 'અશ્વત્થામા' નામક હાથીની હત્યા કરાવ્યા બાદ યુધિષ્ઠિર પાસે તેની ઘોષણા કરાવવામાં આવી. બીજી બાજુ, દ્રોણાચાર્યને પણ યુધિષ્ઠિરની સત્યવાણી પર પૂરેપૂરો ભરોસો! તેમને લાગ્યું કે પોતાનો પુત્ર અશ્વત્થામા હણાયો છે. પુત્રના મૃત્યુથી તેઓ ઘણા દુઃખી થઈ ગયા. એ જ વખતે પાંચાલ નરેશ દ્રુપદના પુત્ર ધૃષ્ટદ્યુમ્ન દ્વારા તેમનો અંત આણવામાં આવ્યો.

પિતાના વધની ખબર મળતાં જ અશ્વત્થામા યુધિષ્ઠિરે ઉચ્ચારેલા અર્ધસત્યથી ખૂબ ગુસ્સો ભરાયો. તેના કપાળ પરના મણિને લીધે તે અજર-અમર હતો. પોતાની શક્તિઓનો દુરુપયોગ કરીને તેણે પાંડવપુત્રોની હત્યા કરી નાંખી. ફક્ત આટલેથી ન અટકતાં, તેણે અભિમન્યુની પત્ની ઉત્તરાના ગર્ભમાં ઊછરી રહેલ પુત્ર

પરીક્ષિત પર બ્રહ્માસ્ત્ર છોડી તેને મારી નાંખવાનો પ્રયાસ કર્યો. અશ્વત્થામાના આ હિચકારા કૃત્યથી કૃષ્ણ અત્યંત રોષે ભરાયા. તેમણે અશ્વત્થામાના કપાળ પરથી મણિ ખેંચી કાઢી તેને શાપ આપ્યો કે યુગ-યુગાંતર સુધી તે બીમાર અવસ્થામાં ભટકતો રહેશે. તેના શરીરમાંથી પરુ ઝરશે તથા અસહ્ય પીડાની સાથે દુર્ગંધ આવશે. દુનિયાની કોઈ તાકાત તેને આ નર્કસમાન પીડામાંથી મોક્ષ નહીં અપાવી શકે. કળિયુગના અંત સુધી તેણે આ અવસ્થામાં પૃથ્વી પર ભ્રમણ કરતા રહેવું પડશે. લોકો સાથે હળવા-મળવાની કે વાતો કરવાની સ્વતંત્રતા છીનવાઈ જશે અને તેનું સમગ્ર જીવન અંધકારમય બની જશે.

અશ્વત્થામાને મળેલ આ શાપને લીધે તેનો દેહ હજુ પણ પૃથ્વી પર ભટક્યા કરતો હોવાની માન્યતા સેવાઈ રહી છે. મધ્યપ્રદેશના બુરહાનપુરથી લગભગ ૨૦ કિલોમીટર દૂર આવેલા આસીરગઢ કિલ્લામાં સ્થિત શિવમંદિર આજે પણ અશ્વત્થામાની હાજરી પુરાવે છે. માનવામાં આવે છે કે દરરોજ વહેલી સવારે અશ્વત્થામા અહીં ભગવાન શિવની આરાધના કરવા માટે પ્રગટ થાય છે. કિલ્લાની અંદર એક તળાવ પણ આવેલું છે, જ્યાં સ્નાન કર્યા બાદ તે મંદિરમાં પૂજા-અર્ચના કરે છે. આસીરગઢ કિલ્લો દરિયાની સપાટીથી ૭૫૦ ફૂટ ઉપર આવેલા સાતપુડા પહાડોના શિખર પર નિર્માણ થયેલો છે. ઉનાળાની ઋતુમાં અહીં ધોમધખતો તાપ પડતો હોવા છતાં તળાવનું પાણી ક્યારેય સુકાયેલું નથી જોવા મળ્યું! તળાવથી થોડે જ આગળ ગુપ્તેશ્વર મહાદેવનું મંદિર છે, જેની ચારેબાજુ ઊંડી ખીણો પથરાયેલી છે. કિવદંતી અનુસાર, આ તમામ ખીણોમાંથી કોઈ એક ખીણમાં આવેલો ગુપ્ત રસ્તો ખાંડવ વન (ખંડવા જિલ્લા)માંથી પસાર થઈને સીધો મંદિરના પટાંગણ સુધી પહોંચે છે. આ રસ્તે થઈને અશ્વત્થામા મંદિરમાં પ્રવેશ કરે છે. આશ્ચર્યજનક બાબત એ છે કે, મંદિરની અંદર પશુ-પંખીઓનું પણ નામોનિશાન જોવા નથી મળતું! અહીંયાં કોઈ પ્રકારની કૃત્રિમ લાઇટ કે ઇલેક્ટ્રીસિટી ગોઠવવામાં નથી આવી, છતાં દરરોજ અચૂકપણે કોઈ અજાણ શક્તિ શિવલિંગ પર તાજાં પુષ્પ અને ગુલાલ ચઢાવી જાય છે!

બુરહાનપુરનો ઇતિહાસ ૫૦૦૦ વર્ષ પહેલાંના મહાભારતકાળથી ચાલ્યો આવે છે. આ વિસ્તાર પહેલાંના સમયમાં ખાંડવ વનનાં નામે ઓળખાતો. આસીરગઢ કિલ્લાનું નિર્માણ ત્યાંના રાજા આસા આહિરને હસ્તે કરવામાં આવ્યું હતું. ઈ.સ. ૧૩૮૦માં ફારૂખી વંશના બાદશાહોએ તેનો પુનરુદ્ધાર કરાવ્યો હોવાની સાબિતી મળી આવી છે. દર વર્ષે હજારો લોકો દૂરદૂરથી બુરહાનપુરના આ પ્રાચીન શિવમંદિરનાં દર્શનાર્થે આવે છે. સૌથી વધુ ભીડ શ્રાવણ માસ અને મહાશિવરાત્રી દરમિયાન જોવા મળતી હોય છે, પરંતુ અશ્વત્થામાની દંતકથાને કારણે સંધ્યા

સમય પછી અહીંયા માણસ તો દૂર, ચકલું પણ નથી ફરકતું!

હિંદુ વેદ-પુરાણોમાં કુલ આઠ અમર પાત્રોમાંનું એક પાત્ર એટલે અશ્વત્થામા. તેમના ઉપરાંત રાજા બલિ, વ્યાસજી, હનુમાનજી, વિભીષણ, કૃપાચાર્ય, પરશુરામ અને ઋષિ માર્કંડેયને પણ અમર હોવાનું વરદાન પ્રાપ્ત છે. નીચેના શ્લોકમાં તેમના અમર હોવાની વાત કહેવાઈ છે :

अश्वत्थामा बलिर्व्यासो हनूमांश्च विभीषणः
कृपः परशुरामश्च सप्तएतै चिरजीविनः ॥
सप्तैतान् संस्मरेन्नित्यं मार्कण्डेयमथाष्टमम्
जीवेद्वर्षशतं सोपि सर्वव्याधिविवर्जित ॥

આસીરગઢના શિવ-મંદિર ઉપરાંતનાં અન્ય છ મંદિરોમાં અશ્વત્થામા દર્શન કરવા આવે છે. મધ્યપ્રદેશના જબલપુર ખાતેના જ અન્ય એક સ્થળ પર અશ્વત્થામાની હાજરીનો અનુભવ કરવામાં આવ્યો છે. શહેરના ગોરીઘાટ (નર્મદા નદી)ના કિનારે અશ્વત્થામા પોતાના કપાળ પરથી વહી રહેલા લોહીને અટકાવવા યાત્રિકો પાસેથી હળદર અને તેલની માંગણી કરતો નજરે ચડે છે. ત્યાંના સ્થાનિક લોકો પાસે તેમની પુષ્કળ આપવીતી સાંભળવા મળે છે. કેટલાક કહે છે કે તેમના પરદાદાઓએ અશ્વત્થામાને સદેહે નિહાળ્યો છે! અન્ય ગામવાસીનું કહેવું એમ પણ છે કે તેઓ જ્યારે નદીકિનારે માછલી પકડવા ગયા ત્યારે કોઈક અદશ્ય તાકતે પાછળથી આવીને તેમને પાણીમાં જોરથી ધક્કો માર્યો! સ્થાનિક લોકોનું માનવું છે કે જે વ્યક્તિ એકવાર અશ્વત્થામાને તેના મૂળ અવતારમાં જોઈ લે છે, તેનું માનસિક સંતુલન ખોરવાઈ જાય છે.

આ ઉપરાંત, કાનપુરના શિવરાજપુરમાં ગંગા નદીથી બે કિલોમીટર દૂર આવેલા શિવ-મંદિર વિશેની કથાઓ તો વધુ પ્રગાઢ છે. મંદિરનું નિર્માણ ખુદ દ્રોણાચાર્યનાં હસ્તે થયું હોવાની માન્યતા છે. અશ્વત્થામાનું જન્મ-સ્થળ મનાતું આ મંદિર, દરરોજ સાંજે આઠ વાગ્યાથી વહેલી સવાર ચાર વાગ્યા સુધી બંધ કરી દેવામાં આવે છે. અહીં શિવલિંગ પર ફક્ત ગંગાજળ ચઢાવવાની પ્રથા ચાલી આવે છે. પૂજારી દ્વારા રાખવામાં આવેલાં સફેદ ફૂલોમાંથી એક ફૂલનો રંગ બદલીને લાલ થઈ જાય છે. મંદિર ખોલતાંની સાથે જ શિવલિંગ પર બિલી પત્ર, ભાંગ-ધતૂરો, કેસર, ચોખા અર્પણ થયેલ જોવા મળે છે. દરરોજ રાત્રે બારથી એક વાગ્યાની વચ્ચે અશ્વત્થામા અહીં શિવલિંગની પૂજા કરવા માટે હાજર થાય છે તેવી સ્થાનિક લોકોની માન્યતા છે!

❖

૬

મૃત સૈનિકનો આત્મા કરી રહ્યો છે દેશનું રક્ષણ!

પોતાનું સમગ્ર જીવન જેણે દેશની રક્ષા કરવા પાછળ ન્યોછાવર કરી દીધું હોય એવો સૈનિક મૃત્યુ પછી પણ પોતાની ફરજ નિભાવી શકે ખરો? આ સવાલ વિચિત્ર લાગી શકે છે, પણ સિક્કિમના લોકો અને ત્યાં તૈનાત સૈનિકોને જો તમે પૂછશો, તો એ કહેશે કે આવું છેલ્લા પાંચ દાયકાથી સતત થઈ રહ્યું છે. એમનું માનવું છે કે પંજાબ લશ્કરી છાવણીના જવાન હરભજન સિંહનો આત્મા પાછલાં પચાસેક વર્ષોથી સરહદની રક્ષા કરે છે. હરભજન સિંહનો આત્મા, ચીન તરફથી પેદા થનારા ખતરા વિશે એમને પહેલેથી જાણ કરે છે. જો ભારતીય સૈનિકોને ચીનના સૈનિકોની હિલચાલ શંકાસ્પદ જણાય, તો ચીનના સૈનિકોને વહેલીતકે જાણ કરી દેવામાં આવે છે, જેથી વાત વધારે બગડે નહીં અને હળીમળીને વાતચીતથી જ એનો ઉકેલ નીકળી જાય. ભલે આપણે આના પર ભરોસો કરીએ કે ન કરીએ, પણ ખુદ ચીની સૈનિક પણ હરભજન સિંહના અસ્તિત્વ પર વિશ્વાસ કરે છે. એટલે જ ભારત-ચીનની વચ્ચે થતી દરેક ફ્લેગ-મીટિંગમાં હરભજન સિંહના નામની એક ખુરશી મૂકવામાં આવે છે, જેથી તે મીટિંગ અટેન્ડ કરી શકે.

કોણ છે હરભજન સિંહ?

હરભજન સિંહનો જન્મ ૩૦ ઑગસ્ટ, ૧૯૪૬ના રોજ ગુજરાંવાલા જિલ્લાના સદરાના ગામમાં થયો હતો, જે આજે પાકિસ્તાનમાં છે. હરભજન સિંહ વર્ષ

૧૯૬૬માં ભારતીય સેનામાં ભરતી થયા અને એ ચોવીસમી પંજાબ રેજીમેન્ટના જવાન હતા. માત્ર બે વર્ષની નોકરી બાદ, ૪ ઑક્ટોબર, ૧૯૬૮માં સિક્કિમની એક દુર્ઘટનામાં તેમનું મૃત્યુ થયું. ઘટના એ બની કે, એક દિવસ જ્યારે તેઓ ખચ્ચરનો કાફલો લઈને જતા હતા ત્યારે નાથુલા નજીક એમનો પગ લપસ્યો અને સંતુલન ન જાળવી શકાયું હોવાથી તેમનું ખીણમાં પડવાથી મૃત્યુ થયું. એ જ્યાં પડ્યા ત્યાં પાણીનું વહેણ વધારે હતું, આથી એમનું મૃત શરીર પાણીમાં વહીને ઘણું આગળ નીકળી ગયું. બે દિવસની તપાસ પછી પણ જ્યારે એમનું મૃત શરીર ન મળ્યું, ત્યારે તે પોતે એક સાથી સૈનિકના સપનામાં આવ્યા અને પોતાનું મૃત શરીર ક્યાં છે એ જગ્યા વિશે જાણ કરી. સવારે સૈનિકોએ એમણે કહેલી જગ્યા પર તપાસ કરી તો ત્યાંથી હરભજન સિંહનું મૃત શરીર મળ્યું ત્યાર બાદ સૈનિકોએ એમના અંતિમ સંસ્કાર કર્યા. હરભજન સિંહના આ ચમત્કાર પછી એમના સાથી સૈનિકોની એમનામાં આસ્થા વધી ગઈ. એમના બંકરને એક મંદિરનું સ્વરૂપ આપવામાં આવ્યું. જોકે સમય જતાં એમના ચમત્કાર વધવા લાગ્યા અને એ વિશાળ જનસમુદાયની શ્રદ્ધાનું કેન્દ્ર બની ગયા. પરિણામસ્વરૂપ, એમના માટે એક નવા મંદિરનું નિર્માણ કરવામાં આવ્યું, જે 'હરભજન સિંહ મંદિર'ના નામથી ઓળખાય છે. આ મંદિર સિક્કિમની રાજધાની ગંગટોકમાં જેલેપ્લા અને નાથુલા પાસની વચ્ચે, ૧૩,૦૦૦ ફૂટની ઊંચાઈ ઉપર સ્થિત છે. બંકરવાળું જૂનું મંદિર, નવા મંદિરથી ૧૦૦૦ ફૂટ વધારે ઊંચાઈ ઉપર સ્થિત છે. મંદિરની અંદર બાબા હરભજન સિંહનો એક ફોટો અને એમનો સામાન રાખવામાં આવ્યો છે.

શું આજે પણ ડ્યૂટી કરે છે?

બાબા હરભજન સિંહ પોતાના મૃત્યુ પછી સતત ડ્યૂટી કરતા રહ્યા છે, જેના માટે એમને નિયમિત પગાર પણ આપવામાં આવે છે. સેનામાં તેમની એક રેન્ક છે અને નિયમાનુસાર એમને પ્રમોશન આપવામાં આવે છે, એટલું જ નહીં, થોડા વર્ષો પહેલાં સુધી એમને બે મહિનાની રજા ઉપર ઘરે પણ મોકલવામાં આવતા હતા. ટ્રેનમાં સીટ રિઝર્વ રાખવામાં આવતી, ત્રણ સૈનિકોની સાથે એમનો બધો સામાન એમના ઘરે મોકલવામાં આવતો અને બે મહિના પૂરા થયા બાદ પાછો સિક્કિમ લાવવામાં આવતો હતો. જે બે મહિના બાબા રજા ઉપર રહેતા એ દરમિયાન આખી બોર્ડર પર હાઈ-ઍલર્ટ રહેતું, કારણ કે એ સમયે સૈનિકોને બાબાની મદદ નહોતી મળતી! પણ બાબાનું સિક્કિમથી જવાનું અને પાછું આવવાનું, એક ધાર્મિક આયોજનનું સ્વરૂપ લઈ રહ્યું હતું, જેમાં મોટી સંખ્યામાં

લોકો ભેગા થવા માંડ્યા હતા. થોડા લોકો આ આયોજનને અંધવિશ્વાસમાં વધારો કરનારું માની રહ્યા હતા. આથી એમણે કોર્ટનો દરવાજો ખખડાવ્યો, કારણ કે સેનામાં કોઈ પણ પ્રકારના અંધવિશ્વાસની મનાઈ હોય છે, તેથી સેનાએ બાબાને રજા ઉપર મોકલવાનું બંધ કરી દીધું. હવે બાબા વર્ષના બાર મહિના ડ્યૂટી ઉપર હોય છે. મંદિરમાં બાબાનો એક રૂમ પણ છે, જેમાં તેમનો સેનાનો યુનિફૉર્મ અને બૂટ રાખવામાં આવે છે. રૂમમાં દરરોજ સાફસફાઈ કરીને પથારી પાથરવામાં આવે છે. એવું કહેવાય છે કે દરરોજ તેમના રૂમની સાફસફાઈ કરતી વેળા, તેમના બૂટ ઉપર કીચડ અને ચાદર ઉપર કરચલીઓ-સળ પડેલી દેખાય છે.

મંદિર બન્યું છે લોકોની આસ્થાનું કેન્દ્ર!

બાબા હરભજન સિંહનું મંદિર સૈનિકો અને લોકો બંનેની આસ્થાનું કેન્દ્ર છે. આ વિસ્તારમાં આવનાર દરેક નવો સૈનિક પહેલાં બાબાનાં દર્શન કરી નમન કરે છે. અહીંયાંના સ્થાનિક લોકોની એક વિચિત્ર માન્યતા છે કે જો આ મંદિરમાં એક બૉટલની અંદર પાણી ભરીને એને ત્રણ દિવસ માટે ગર્ભગૃહમાં રાખવામાં આવે તો એ પાણીમાં ચમત્કારી ઔષધિના ગુણ આવી જાય છે. આ પાણી પીવાથી લોકોના રોગો મટી જાય છે. આ માન્યતાને લીધે, મંદિરમાં નામ લખેલી બૉટલોનો ઢગલો થતો રહે છે. ઔષધિયુક્ત પાણી ૨૧ દિવસની અંદર ઉપયોગમાં લેવાય છે અને આ સમય દરમિયાન માંસાહાર અને દારૂનું સેવન નિષેધ હોય છે.

હરભજન સિંહ બાબાનું બંકર, જે નવા મંદિરથી ૧૦૦૦ ફૂટ ઊંચાઈ ઉપર આવેલું છે, એ લાલ અને પીળા રંગોથી સજાવીને રાખવામાં આવેલું છે. તેનાં પગથિયાં લાલ અને પિલ્લર પીળા રંગનાં છે. પગથિયાંની બંને બાજુ રેલિંગ છે અને રેલિંગ પર નીચેથી ઉપર સુધી ઘંટડી બાંધેલી છે. બાબાના બંકર ઉપર ચિઠ્ઠી રાખેલી છે. એ ચિઠ્ઠીઓમાં લોકો પોતાની ઇચ્છાઓ લખે છે. એવું માનવામાં આવે છે કે એ ચિઠ્ઠીઓમાં લખેલી ઇચ્છા પૂરી થાય છે! એવી જ રીતે બંકરમાં એક એવી જગ્યા પણ છે, જ્યાં લોકો સિક્કા ફેંકે છે. જો એમને એ સિક્કો પાછો મળે તો એ ભાગ્યશાળી માનવામાં આવે છે. પછી એ સિક્કાને હંમેશાં માટે શ્રદ્ધાળુઓ પોતાના પર્સ કે તિજોરીમાં રાખે છે. બંને જગ્યાનું સંચાલન ઇન્ડિયન આર્મી દ્વારા કરવામાં આવે છે.

❖

૭

લૂંટારા અકબરે પણ જેની સામે હાર સ્વીકારી એ રહસ્યમય જ્યોત!

માનવામાં આવે છે કે સતીના આત્મવિલોપન બાદ તેમના દેહના ૫૧ ટુકડા ધરતીના અલગ અલગ ભાગો પર પડ્યા, જ્યાં શક્તિપીઠની સ્થાપના કરવામાં આવી. આવી જ એક શક્તિપીઠ એટલે હિમાચલ પ્રદેશનું જ્વાળામુખી મંદિર! દેવી સતીની જિહ્‌વા અહીંયાં પડી હતી એવી માન્યતા છે. કાંગડાથી ૩૦ કિલોમીટર દૂર આવેલા આ મંદિરને 'નગરકોટ' અથવા 'જોતાવાલી માતા કા મંદિર'ના નામે પણ ઓળખવામાં આવે છે. તમામ શક્તિપીઠોમાં સૌથી વધુ મહત્ત્વ ધરાવનાર જ્વાળામુખી મંદિરમાં કોઈ મૂર્તિની નહીં, પરંતુ જ્યોતની પૂજા થાય છે. અહીં પૃથ્વીના નવ જુદા જુદા સ્થાનમાંથી નીકળી રહેલી નવ જ્યોતિનું માહાત્મ્ય જગવિખ્યાત છે. ધરતીના ગર્ભમાંથી અખંડરૂપે વર્ષોથી પ્રગટી રહેલી જ્વાળાઓ આજ સુધી ક્યારેય ઠંડી નથી પડી! મહાકાલી, અન્નપૂર્ણા, ચંડી, હિંગલાજ, વિંધ્યવાસિની, મહાલક્ષ્મી, સરસ્વતી, અંબિકા અને અંજીદેવીનું પ્રતીક માનવામાં આવતી આ નવ જ્વાળાની ઉપર આખેઆખા મંદિરનું નિર્માણ થયું છે.

જ્વાળામુખી મંદિર શોધી કાઢવાનું સમગ્ર શ્રેય પાંડવોને ફાળે જાય છે. આધુનિક સમયમાં રાજા ભૂમિચંદના હસ્તે મંદિરનું પ્રાથમિક નિર્માણ કરવામાં આવ્યું હતું. ઈ.સ. ૧૮૩૫માં મહારાજા રણજિતસિંહ અને રાજા સંસારચંદના સહિયારા પ્રયાસો વડે સમગ્ર બાંધકામને અંતિમ ઓપ અપાયો.

અકબર અને ધ્યાનુભગતની કથા

જે દિવસોમાં મુગલોએ ભારતભૂમિ પર શાસન જમાવ્યું હતું એ દિવસોની આ વાત છે! હિમાચલના નાદૌન ગામનો રહેવાસી અને માતાનો પરમ ભક્ત ધ્યાનુ ૧૦૦૦ શ્રદ્ધાળુઓ સાથે જ્વાળામુખી મંદિરનાં દર્શનાર્થે જઈ રહ્યો હતો. યાત્રિકોનો આવડો મોટો કાફલો જોઈને મહારાજા અકબરના સૈનિકોએ ધ્યાનુભગતની પૂછતાછ કરી તેને રાજ-દરબારમાં પેશ કર્યો. બાદશાહ અકબરે ધ્યાનુભગતને પૂછ્યું કે, 'આટલી સંખ્યામાં યાત્રાળુઓ કઈ જગ્યાએ પ્રસ્થાન કરી રહ્યા છે?' બિચારા ગરીબ ધ્યાનુભગતે બાદશાહને બે હાથ જોડી પોતાની યાત્રાના પ્રયોજન વિશે સવિસ્તર જણાવ્યું. અકબરે પહેલાં ક્યારેય જ્વાલામાઈ (જ્વાલાદેવી)નું નામ નહોતું સાંભળ્યું, એટલે તેણે ધ્યાનુભગતને એમનો મહિમા પૂછ્યો. ભગતે કહ્યું કે, 'જ્વાલામાઈ સંસારની પાલકમાતા છે. તેઓ સાચા હૃદયથી કરવામાં આવેલી દરેક પ્રાર્થનાને સાંભળે છે. એમનો પ્રતાપ એટલો બધો છે કે એમના સ્થાન પર તેલ-બત્તી વગર રાત-દિવસ અખંડ જ્યોત પ્રગટે છે અને યાત્રાળુઓ પણ એમના જ દર્શને જઈ રહ્યા છે.'

જ્વાળામુખી મંદિરની ગાથા સાંભળ્યા બાદ અકબરને કશું ગળે ન ઊતર્યું, એટલે તેણે ધ્યાનુભગતની પરીક્ષા લેવાનું નક્કી કર્યું. તેણે ભગતને કહ્યું કે, 'અગર તેની ભક્તિમાં દમ છે તો જ્વાલામાઈ તેની ઇજ્જત સાચવી લેશે.' આટલું કહ્યા બાદ બાદશાહના સૈનિકોએ ભગતના ઘોડાની ગરદન તલવારથી કાપી નાંખી! ધ્યાનુભગત ઘડીભર હેબતાઈ ગયો. બાદશાહે તેને ચુનૌતી આપી કે જો તારી માતામાં થોડી પણ સચ્ચાઈ હોય તો જા, જઈને તેને પ્રાર્થના કર કે આ ઘોડાને ફરી જીવિત કરી આપે! આમ ન થયું તો હું માની લઈશ કે તારી ભક્તિ જુઠ્ઠી છે અને તારી જ્વાલામાઈ પણ! ભગતને કોઈ ઉપાય ન જડતાં તેણે રાજા સમક્ષ એક મહિનાની મુદત માંગી. ઘોડાના ધડ અને માથાને સુરક્ષિત સ્થાન પર રાખી દઈ તેણે પોતાની યાત્રા આગળ વધારી. જ્વાલામાઈના દરબારમાં પહોંચી ધ્યાનુભગતે સ્નાન-પૂજન કર્યા બાદ આખી રાતનું જાગરણ કર્યું. પ્રાતઃકાલની આરતી વેળા આંખોમાં ઝળઝળિયાં સાથે તેણે બે હાથ જોડી માતાને પ્રાર્થના કરી, 'હે મા! તમે તો અંતર્યામી છો. અકબર મારી ભક્તિની પરીક્ષા લઈ રહ્યો છે. મારી લાજ રાખી લે, માવડી! ઘોડાને જીવતદાન આપી મારી શ્રદ્ધાને સત્ય પુરવાર કર.'

બીજી બાજુ, બાદશાહ અકબરના તબેલામાં સુરક્ષિત રાખેલા ઘોડાનું ધડ અને શિર જોડાઈ ગયાં! થોડી ક્ષણો પહેલાં મૃત-અવસ્થામાં પડેલો ઘોડો અચાનક હણહણવા માંડ્યો! બાદશાહ અકબર તો આ બધું જોઈને ચકિત થઈ ગયો. તાત્કાલિક પોતાની સેના સાથે તે જ્વાળામુખી મંદિર જવા રવાના થયો. ત્યાં

પહોંચીને અખંડ જ્યોત જોઈ તેના મનમાં ફરી શંકાનો કીડો સળવળ્યો! આખા મંદિરમાં નહેર ખોદાવી, તેમાં પાણીની નદીઓ વહેવડાવી જેથી જ્યોત બુઝાઈ જાય! પરંતુ અખંડ જ્યોતને ઊની આંચ સુધ્ધાં ન આવી! ત્યારે છેક અકબરને માતાના ચમત્કાર પર ભરોસો બેઠો અને તેણે પચાસ કિલો સોનાનું છત્ર માતાના ચરણોમાં અર્પિત કર્યું, પરંતુ લોકવાયકા એવી છે કે જ્વાળામુખી મંદિરે ક્યારેય એ છત્રને ન સ્વીકાર્યું. બલકે, છત્ર જમીન પર પડીને અન્ય કોઈ ચીજવસ્તુમાં તબદીલ થઈ ગયું હોવાની પણ માન્યતા છે! આજે પણ તેના અવશેષો મંદિરમાં મોજૂદ છે.

જોકે, પૃથ્વીના ગર્ભમાંથી જ્વાળા નીકળવી એ કોઈ આશ્ચર્યજનક બાબત નથી! જમીનની નીચે થઈ રહેલી હિલચાલને લીધે વિશ્વનાં કંઈ-કેટલાંય સ્થળો પર ગરમ પાણીના ઝરા અને જ્વાળા નીકળે છે. ઘણી જગ્યાઓ પર તો પાવર-હાઉસ પણ ઊભાં કરવામાં આવ્યાં છે, જ્યાંથી મોટા પ્રમાણમાં ઇલેક્ટ્રિસિટી પ્રાપ્ત કરવામાં આવે છે, પરંતુ જ્વાળામુખી મંદિરની હકીકત આનાથી તદ્દન ભિન્ન છે, કારણ કે અંગ્રેજોએ તેમનાં સમયમાં આ ઊર્જાનો સદુપયોગ કરવા માટે પોતાનું પૂરેપૂરું જોર લગાવી દીધું, આમ છતાં પુષ્કળ પ્રયાસ કર્યા પછી પણ તેઓ આ ઊર્જાનું મૂળ શોધવામાં નિષ્ફળ રહ્યા. અકબર પણ પોતાના ખરાબ ઇરાદાઓમાં નિષ્ફળ ગયો. જમીનમાંથી જ્વાળા નીકળવાની ઘટના અગર પ્રાકૃતિક હોત તો અત્યાર સુધીમાં ત્યાં કેટલાય મશીનરી પ્લાન્ટ ઊભા કરીને વીજળીનું ઉત્પાદન શરૂ કરી દેવાયું હોત! બંને ઘટના એ હકીકત તરફ આંગળી ચીંધી રહી છે કે જ્વાળામુખી મંદિર પ્રકૃતિને નહીં, પરંતુ ચમત્કારને આધીન છે, જ્યાં કોઈક અજાણ્યી પરમશક્તિ માણસની મનોકામના પૂરી કરી રહી છે!

મંદિરનું મુખ્ય દ્વાર ખૂબ જ સુંદર અને ભવ્ય છે. અંદર પ્રવેશ કરતાંની સાથે જ જમણી બાજુ બાદશાહ અકબર દ્વારા ખોદાયેલી નહેરો જોવા મળે છે. એનાથી આગળ જતાં ગર્ભગૃહમાં માતા જ્વાલામાઈ જ્યોત સ્વરૂપે બિરાજે છે. થોડું ઉપર જતાં આગળ ગોરખનાથનું મંદિર છે, જેને લોકો 'ગોરખ ડિબ્બી'ના નામે ઓળખે છે. માન્યતા છે કે ગુરુ ગોરખનાથે અહીંયાં પધરામણી કરીને પોતાના અનેક ભક્તો સમક્ષ ચમત્કાર કરી બતાવ્યા હતા! આજે પણ ત્યાં એક પાણીનો કુંડ છે, જેનું પાણી ઊકળી રહ્યું હોય તેવો ભાસ થાય છે, પરંતુ વાસ્તવમાં તે ઠંડુંબોળ છે! જ્વાલાજીથી ૪.૫ કિલોમીટરના અંતરે નગિની માતાનું મંદિર છે, જ્યાં જુલાઈ અને ઑગસ્ટ મહિનામાં મેળાનું આયોજન કરવામાં આવે છે. જ્વાલામુખી મંદિરની ટોચ પર સોનાનો વરખ ચડાવવામાં આવ્યો છે, જેના લીધે સવારના સમયે મંદિર અત્યંત તેજોમય અને દિવ્ય ભાસે છે!

❖

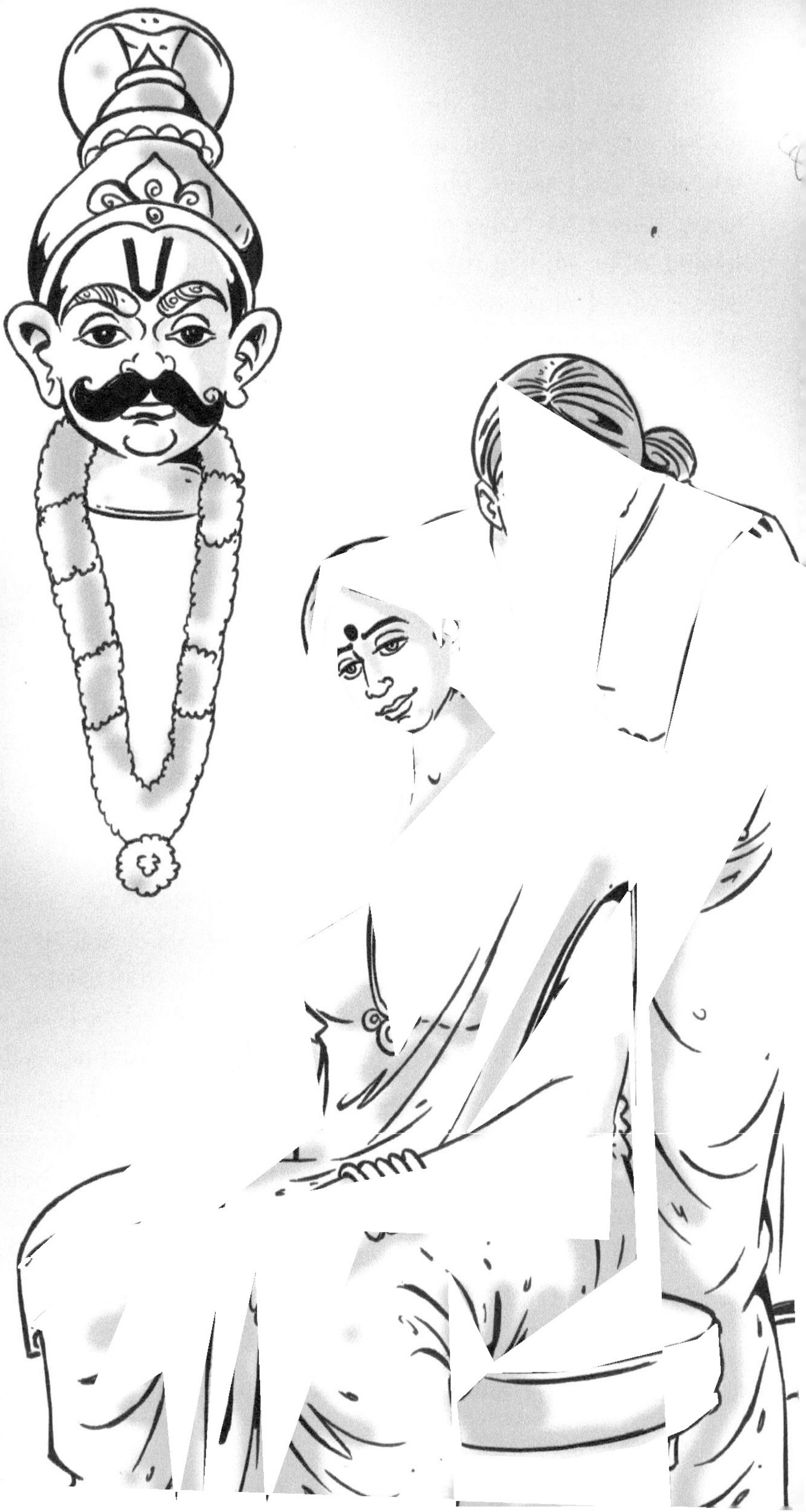

૮

કિન્નર-પતિ એરાવણનો વિવાહ-સમારોહ!

સામાન્ય રીતે મા બહુચરાને કિન્નરોની જનની તથા આદ્યદેવી માનવામાં આવે છે, પરંતુ તેમના દેવતા એરાવણ (જેને ઇરાવણ તેમ જ અરાવણ પણ કહે છે) અંગે ઘણા ઓછા લોકોને માહિતી છે. તમિલનાડુમાં એરાવણનાં મંદિરો જોવા મળે છે. દક્ષિણ ભારતનાં કિન્નરોને લોકો આજે પણ એરાવણી(ઇરાવણી)ના નામથી બોલાવે છે. એરાવણ અને કિન્નરોનો સંબંધ વિશેષ એટલા માટે છે, કારણ કે દર વર્ષે તેઓ એક દિવસ માટે લગ્નગ્રંથિથી જોડાય છે! લગ્નના બીજા દિવસે એરાવણનું મૃત્યુ થઈ જવાને લીધે કિન્નરોના વૈવાહિક જીવનનો અંત પણ આવી જાય છે. અહીં એ સવાલ થવો સ્વાભાવિક છે કે એરાવણ આખરે છે કોણ અને શા માટે તેઓ ફક્ત એક દિવસ માટે લગ્ન કરે છે? આ તમામ પ્રશ્નોનો જવાબ મહાભારતના પાનાં વચ્ચે દફન છે.

અર્જુન અને નાગકન્યા ઉલૂપીની કથા

મહાભારતની એક કથા અનુસાર, પાંચેય પાંડવોએ એકબીજાને વચન આપ્યું હતું કે દ્રૌપદી એમની સાથે એક-એક વર્ષ વિતાવશે. દ્રૌપદી જ્યારે કોઈ એક પાંડવ સાથે રાજમહેલમાં સમય વિતાવી રહી હોય, એ દરમિયાન અન્ય પાંડવભાઈ માટે રાજમહેલમાં પ્રવેશ નિષેધ ગણાશે, પરંતુ અર્જુન દ્વારા એક વખત આ વચનનો ભંગ થતાં તેને ઇન્દ્રપ્રસ્થ છોડી તીર્થયાત્રા પર જતા રહેવાનો આદેશ અપાય છે. રાજમહેલમાંથી એક વર્ષ માટે નિષ્કાસિત થયા

બાદ અર્જુન ઉત્તર-પૂર્વ ભારત તરફ ભ્રમણ શરૂ કરે છે, જ્યાં તેની મુલાકાત એક વિધવા નાગ રાજકુમારી ઉલૂપી સાથે થાય છે. બંનેને એકબીજા સાથે પ્રેમ થઈ જતાં થોડા સમયની અંદર તેઓ વિવાહના બંધનમાં બંધાઈને ઘર-સંસાર માંડી દે છે. અમુક મહિનાઓ બાદ ઉલૂપીને પેટે એક પુત્રરત્ન અવતરે છે, જેનું નામ રાખવામાં આવે છે: એરાવણ! અર્જુનના અપરાધને એક વર્ષ પૂરું થવાની તૈયારીમાં હોય છે જેથી તે ઉલૂપી અને એરાવણને એકલાં મૂકી ઇન્દ્રપ્રસ્થ જવા રવાના થઈ જાય છે. બીજી બાજુ, માતા સાથે નાગલોકમાં વસવાટ કરી રહેલો એરાવણ ધીરે ધીરે મોટો થતો જાય છે. યુવાનીનો ઉંબરો વટાવતાંની સાથે જ એરાવણ પોતાના પિતા પાસે જવાની ઇચ્છા વ્યક્ત કરે છે. નાગલોકમાં જ્યારે આ ઘટના બની રહી છે ત્યારે ઇન્દ્રપ્રસ્થમાં યુદ્ધના ભણકારા વાગી રહ્યા છે. એરાવણ અર્જુન પાસે પહોંચે છે ત્યારે પાંડવો તેને મહાભારતના યુદ્ધમાં સામેલ થઈ જવા કહે છે.

યુદ્ધના ૧૮ દિવસ દરમિયાન એક સમય એવો પણ આવે છે, જ્યારે પાંડવોને પોતાની જીત માટે કાલીમાતાના ચરણોમાં એક સ્વૈચ્છિક નર-બલિ (રાજકુમાર)ની આવશ્યકતા ઊભી થાય છે! પાંચાલીનાં એકેય પુત્રો પોતાનું બલિદાન આપવા તૈયાર નથી થતા એવા સમયે એરાવણ કાલી માતાના ચરણોમાં પોતાનું મસ્તક ધરવા તૈયાર થઈ જાય છે, પરંતુ શરત એટલી કે તે અવિવાહિત નહીં મરે! એરાવણની આ આકરી શરતને લીધે સૌ કોઈ ભારે મૂંઝવણમાં મુકાઈ જાય છે. લગ્ન કર્યાના એક દિવસમાં જ એરાવણની પત્ની વિધવા થઈ જશે, એવું જાણતા હોવા છતાં કયો રાજા પોતાની દીકરીને તેની સાથે પરણાવવા માટે રાજી થાય! કોઈ ઉપાય ન જડતાં, આખરે કૃષ્ણ પોતે મોહિનીનો અવતાર લઈને એરાવણ સાથે લગ્ન કરે છે. શરત અનુસાર, બીજા જ દિવસે એરાવણ કાલી માતાના ચરણોમાં પોતાનું મસ્તક અર્પણ કરીને પાંડવો માટે જીતનાં દ્વાર ખોલી આપે છે! એરાવણના મૃત્યુ બાદ મોહિની સ્વરૂપ શ્રીકૃષ્ણ ઘણા સમય સુધી પોતાના પતિની યાદમાં વિલાપ કરે છે. પુરુષ થઈને સ્ત્રીના દેહમાં એરાવણ સાથે લગ્ન કરી કિન્નર સમાજનું પ્રતિનિધિત્વ કરનાર કૃષ્ણની પરંપરાને આજે પણ હીજડા-સમાજ એ રીતે જ આગળ વધારી રહ્યો છે.

તમિલનાડુનું સૌથી પ્રાચીન અને મુખ્ય એરાવણ મંદિર

અત્યારે તો ભગવાન એરાવણનાં કંઈ-કેટલાંય મંદિરો સમગ્ર તમિલનાડુમાં જોવા મળી શકે છે, પરંતુ તેમનું સૌથી પ્રાચીન મંદિર વિલ્લુપુરમ્ જિલ્લાના કૂવગમ ખાતે સ્થિત છે. 'કૂથનદવર મંદિર'ના નામે ઓળખાતું આ ધર્મસ્થળ કિન્નર

સમાજ માટે સૌથી પૂજનીય માનવામાં આવે છે. રાજસ્થાનના ખાટુશ્યામજીમાં થતી બર્બરિકની પૂજા માફક, અહીં પણ એરાવણના મસ્તકની આરાધના થાય છે. કૂવગમ ગામમાં દર તમિલ નૂતનવર્ષની પહેલી પૂનમે અઢાર દિવસો સુધી ચાલનારા ઉત્સવનો પ્રારંભ થાય છે. ભારતના ખૂણેખૂણામાંથી કિન્નરો અહીંયાં એકત્રિત થઈ એકબીજા સાથે પ્રેમથી હળીમળીને એરાવણની આરાધના કરે છે. શરૂઆતના સોળ દિવસો સુધી તેઓ દરેક પ્રકારના મધુર સંગીત પર નાચ-ગાનનું આયોજન ગોઠવે છે. ઉત્સવ દરમિયાન તેઓ ગોળાકાર ઘેરો બનાવી તાળીઓ પાડતાં પાડતાં નૃત્ય-આરાધનામાં લીન થાય છે. ચારે કોર તેમના હાસ્ય-મલકાટ અને ઉત્સાહના પડઘા સંભળાય છે. લગ્નની ભરપૂર તૈયારીઓ વચ્ચે તમામ કિન્નરો એકબીજાની તબિયતનું પણ ખાસ ધ્યાન રાખે છે. જેમ જેમ લગ્નનો દિવસ નજીક આવતો જાય છે તેમ વાતાવરણમાં કપૂર અને ચમેલીનાં ફૂલોની મહેક વધવા માંડે છે. સત્તરમા દિવસે મંદિરના પુરોહિત દ્વારા એક વિશેષ-પૂજાનું આયોજન કરવામાં આવે છે, જ્યાં એરાવણ દેવને નારિયેળ ચઢાવી તમામ કિન્નરોના ગળામાં મંગળસૂત્ર પહેરાવી દેવામાં આવે છે ત્યાર બાદ પુરોહિત દ્વારા મંત્રોચ્ચાર અને શાસ્ત્રોક્ત વિધિ-વિધાન સાથે કિન્નરોને એરાવણની મૂર્તિ સાથે પરણાવી દેવાય છે. એ રાતે પણ વિશેષ ઉત્સવનું આયોજન થયેલું હોય છે, જ્યાં કિન્નરો પોતાના વૈવાહિક જીવનને ખૂબ ઉલ્લાસભેર ઊજવે છે. છેલ્લા એટલે કે અઢારમા દિવસે એરાવણની મૂર્તિને આખા ગામમાં નગરયાત્રા કરાવ્યા બાદ એક નિશ્ચિત જગ્યા પર તોડી નંખાય છે. આ સાથે તમામ કિન્નરો પોતાના ગળામાં પહેરેલા મંગળસૂત્રને પણ તોડી નાંખે છે. ચહેરા પર કરવામાં આવેલો સાજ-શૃંગાર મિટાવી તેઓ સફેદ કપડાંમાં પોતાનું દુઃખ વ્યક્ત કરે છે. એમના હૃદયની પીડા એટલી વલોવી નાંખે એવી હોય છે કે રુદનનાં અવાજો આખા ગામમાં સંભળાય છે! આખો કિન્નર સમાજ જોરજોરથી પોતાની છાતી પીટીને એરાવણ પ્રત્યેનો પ્રેમ વ્યક્ત કરે છે. તેમના જીવનની કરુણતા, વલોપાત અને એક દિવસ માટેનો દુલ્હનનો શૃંગાર તેમની આંખોમાં સ્પષ્ટપણે વર્તાઈ આવે છે, જેને જોઈને ગામના લોકોની આંખોમાંથી પણ અશ્રુધારા વહેવા લાગે છે. ઓગણીસમા દિવસે તેમના આરાધના-ઉત્સવનું સમાપન કરી દેવામાં આવે છે. પછીના વર્ષની પહેલી પૂનમ પર મળવાનો વાયદો કરી, આખો કિન્નર સમાજ ભારે હૃદય સાથે પોતપોતાના ઘેર જવા રવાના થઈ જાય છે.

આજના આધુનિક જમાનામાં આપણે કદાચ એ ભૂલી ગયા છીએ કે કિન્નરોને પણ એક હૃદય હોય છે, જે લાગણી અનુભવે છે! સુખ-દુઃખનો અહેસાસ કરવાનું જાણે છે. 'અસ્મિતા પર્વ-૨૧'માં મોરારિબાપુએ કિન્નર સમાજના મહામંડલેશ્વર

લક્ષ્મીનારાયણ ત્રિપાઠીને પોતાનો પક્ષ મૂકવા આમંત્રણ આપ્યું હતું, જે ખૂબ સરાહનીય બાબત કહી શકાય. ભારતમાં મંદિરો તો ઘણાં મળી આવશે, પરંતુ તેમની અંદર બિરાજેલા ભગવાન સાથે આત્મીયતા બંધાઈ જાય અને જેના ખંડન પર હૃદય ચીસો પાડીને રુદન કરે એવા ભક્તો ક્યાં છે?

❖

દક્ષિણ ભારતનાં કિન્નરોને લોકો આજે પણ એરાવણી(ઇરાવણી)ના નામથી સંબોધે છે. એરાવણ અને કિન્નરોનો સંબંધ વિશેષ એટલા માટે છે, કારણ કે દર વર્ષે તેઓ એક દિવસ માટે લગ્નગ્રંથિથી જોડાય છે! લગ્નના બીજા દિવસે એરાવણનું મૃત્યુ થઈ જવાને લીધે કિન્નરોના વૈવાહિક જીવનનો પણ અંત આવી જાય છે.

૯

સિંહાચલમ્-વરાહ અને નરસિંહ અવતારનું સાયુજ્ય!

હરિ... તારાં નામ છે હજાર, કયા નામે લખવી કંકોત્રી? ભગવાન શ્રી હરિ વિષ્ણુનાં હજારો નામ. કોઈ એમને રામ કહે, કોઈ એમને કહે શ્યામ, કોઈ કહે સીતારામ, તો કોઈ રાધેશ્યામ. દેવાલયોમાં ભક્તો ભક્તિભાવથી એમના બધા અવતારોની પૂજા અને અર્ચના કરે છે.

આંધ્રપ્રદેશના વિશાખાપટ્ટનમથી ફક્ત ૧૬ કિલોમીટર દૂર, સિંહાચલ પર્વત પર સ્થિત છે આ સિંહાચલમ્ મંદિર. જેની વિશેષતા એ છે કે અહીં ભગવાન વિષ્ણુના વરાહ અને નરસિંહ અવતારનું સંયુક્ત સ્વરૂપ છે. જે માતા લક્ષ્મી સાથે બિરાજમાન છે. બીજી ખાસિયત એ પણ છે કે અહીંયાં પ્રભુ નરસિંહની મૂર્તિ પર ચોવીસેય કલાક ચંદનનો લેપ લગાવી રાખવામાં આવે છે! માત્ર અક્ષયતૃતીયાએ એક દિવસ માટે આ લેપ મૂર્તિ ઉપરથી હટાવવામાં આવે છે અને એ જ દિવસે ભક્તોને વાસ્તવિક મૂર્તિનાં દર્શન પ્રાપ્ત થાય છે! આ મંદિર ભગવાન નરસિંહના ભારતમાં સ્થિત ૧૮ નરસિંહ ક્ષેત્રોમાંનું એક છે.

સિંહાચલ મંદિરની પૌરાણિક કથા

હોળીના તહેવારની કથા ભગવાન વિષ્ણુના ભક્ત પ્રહ્લાદ સાથે જોડાયેલી છે. કથા એવી છે કે હિરણ્યકશિપુ નામનો એક રાક્ષસ રાજા હતો, જે વૈકુંઠમાં ભગવાન વિષ્ણુના દ્વારપાળો જય અને વિજયમાંના એકનો પુનર્જન્મ હતો. એમાંથી બીજો દ્વારપાળ એનો ભાઈ હિરણ્યકશ્યપ હતો. ચાર સનાતનકુમારો-સનાકા,

સનંદન, સન્તકુમાર અને સનંતસુજાતા—એ બંને દ્વારપાળ જય અને વિજયને શાપ આપ્યો હતો! કારણ કે એમણે આ ચાર ભાઈઓને વિષ્ણુ ભગવાનનાં દર્શન કરવાની પરવાનગી નહોતી આપી, જેના પરિણામસ્વરૂપ બંને દ્વારપાલકોએ ત્રણ વખત અસુર બનીને પુનર્જન્મ લેવો પડ્યો!

હિરણ્યકશિપુએ ભગવાન બ્રહ્માને પ્રસન્ન કરવા હેતુ તપસ્યા કરવાનો નિર્ણય લીધો, જેથી એ સંસારમાં અમર બની શકે! એણે ઘોર તપસ્યા કરીને બ્રહ્માજીને પ્રસન્ન કર્યા અને એમની પાસે અમરત્વનું વરદાન માંગ્યું. પણ બ્રહ્માજીએ એને કહ્યું કે તું જે ઇચ્છે છે એ શક્ય નથી એટલે ભગવાને એને એવું વરદાન આપ્યું કે કોઈ પણ દેવ-દાનવ, પશુ-પ્રાણી-પક્ષી કે માનવ એની હત્યા નહીં કરી શકે; જળ, આકાશ અને ધરતી પર ક્યાંય એનું મૃત્યુ નહીં થાય; સવાર કે રાતના સમયે તેનો વધ શક્ય નહીં બને; કોઈ પણ અસ્ત્ર કે શસ્ત્ર તેના મૃત્યુનું કારણ નહીં બની શકે! આ પ્રકારનું અમોઘ અને અતિવિશિષ્ટ વરદાન મેળવ્યા પછી હિરણ્યકશિપુનુ મૃત્યુ સ્વયં બહુ મોટું રહસ્ય બની ગયું હતું. એ નીડરની સાથોસાથ ક્રૂર અને વધારે લાલચી થતો ગયો. પ્રજાને હેરાન-પરેશાન કરવામાં તેણે કંઈ બાકી નહોતું રાખ્યું.

એનો પુત્ર એટલે પ્રહ્‌લાદ, જે વિષ્ણુ ભગવાનનો પરમ ભક્ત હતો અને હંમેશાં એમની ભક્તિમાં ખોવાયેલો રહેતો હતો. પ્રહ્‌લાદના પિતા એની પ્રભુ પ્રત્યેની અપાર ભક્તિને સહન નહોતા કરી શકતા, જેના કારણે તેઓ ક્રોધિત થયા! હિરણ્યકશિપુએ ઘણી બધી વાર પ્રહ્‌લાદને મારવાનો પ્રયત્ન કર્યો. એકવાર પર્વતની ટોચ ઉપરથી એને નીચે પાડ્યો! બીજીવાર સાપ સાથેની અંધારી કોઠીમાં મૂકી દીધો! અને ત્રીજી વખત એક ભૂખ્યા સાવજની ગુફામાં ફેંકી દીધો! પરંતુ દરેક વખતે ભગવાન વિષ્ણુએ એની સહાયતા કરી, એને બચાવી લીધો. નારાયણના સ્વરૂપમાં તેઓ પ્રહ્‌લાદની સતત રક્ષા કરી રહ્યા હતા.

પ્રહ્‌લાદને મારવા હેતુ હિરણ્યકશિપુએ પોતાની બહેન હોલિકાને કહ્યું. હોલિકા એને પોતાના ખોળામાં રાખી અગ્નિમાં બેસી ગઈ! આ રીતે, પ્રહ્‌લાદને સળગાવી મૂકવાનો પણ પ્રયત્ન કરવામાં આવ્યો, પણ એ પોતે જ ભસ્મ થઈ ગઈ! એ પ્રસંગ પરથી જ હોળીનો તહેવાર મનાવવામાં આવે છે. ભક્ત પ્રહ્‌લાદને હિરણ્યકશિપુથી બચાવવા માટે જ ભગવાન વિષ્ણુએ નરસિંહ અવતાર લીધો હતો. માન્યતા છે કે હિરણ્યકશિપુનો ભગવાન નરસિંહના હાથે સંહાર થયા બાદ પ્રહ્‌લાદે સિંહાચલમ્ મંદિરનું નિર્માણ કરાવ્યું હતું, પરંતુ કાળક્રમે મંદિર ધરતીમાં સમાઈ ગયું.

ઘણાં વર્ષો પછી રાજા પુરુરવા એમની પત્ની ઉર્વશી સાથે આકાશમાર્ગે ભ્રમણ કરી રહ્યા હતા, એ દરમિયાન એમનું વિમાન કોઈ કુદરતી શક્તિથી

પ્રભાવિત થઈને દક્ષિણના સિંહાચલ ક્ષેત્રમાં જઈ ચઢ્યું! એમણે જોયું કે પ્રભુની પ્રતિમા ધરતીના ગર્ભમાં સમાયેલ છે. એમણે એ પ્રતિમાને બહાર કાઢીને તેના ઉપર જામેલી ધૂળ સાફ કરી. એ જ સમયે અચાનક એક આકાશવાણી થઈ, 'પ્રતિમાને સાફ કરવાને બદલે એને ચંદનના લેપથી ઢાંકીને રાખવામાં આવે!' સાથોસાથ એવી પણ સૂચના મળી કે, 'મૂર્તિના શરીર પરથી વર્ષમાં માત્ર એક વખત, વૈશાખ મહિનાના ત્રીજા દિવસે ચંદનનો આ લેપ કાઢવામાં આવે! અને એક જ દિવસ ભક્તોને પ્રભુની વાસ્તવિક પ્રતિમાનાં દર્શન પ્રાપ્ત થઈ શકશે.'

આકાશવાણીમાં સૂચવ્યા પ્રમાણે જ મૂર્તિ પર ચંદનનો લેપ કરવામાં આવ્યો અને ત્યારથી વર્ષમાં ફક્ત એકવાર લેપ કાઢવામાં આવે છે. એ ઘટના પછી ભગવાનની પ્રતિમાને સ્થાપિત કરી તેની પ્રાણપ્રતિષ્ઠા કરવામાં આવી. આમ તો, ભારતમાં પ્રભુ નરસિંહનાં ઘણાં મંદિરો આવેલાં છે, પણ વિશાખાપટ્ટનમનાં સિંહાચલમ્ મંદિરને એમનું ઘર માનવામાં આવે છે.

સિંહાચલમ્ મંદિરનું મહત્ત્વ

આંધ્રપ્રદેશના વિશાખાપટ્ટનમમાં સ્થિત આ મંદિર વિશ્વના પ્રાચીનતમ મંદિરોમાંનું એક માનવામાં આવે છે! સમુદ્રતટથી ૮૦૦ ફૂટ ઊંચું અને ઉત્તરીય વિશાખાપટ્ટનમથી ૧૬ કિલોમીટરના અંતર પર આવેલા આ મંદિર સુધી પહોંચવાનો માર્ગ અનાનસ, કેરી વગેરે ફળોના વૃક્ષોથી સુશોભિત છે. રસ્તામાં વટેમાર્ગુઓના આરામ માટે હજારોની સંખ્યામાં મોટા પથ્થરો આ વૃક્ષોની છાયા નીચે સ્થાપિત છે. મંદિર સુધી ચઢવા માટે સીડીઓનો માર્ગ છે, જેમાં વચ્ચે વચ્ચે તોરણ બનેલાં છે.

શનિવાર અને રવિવારના દિવસે દેવાલયમાં હજારોની સંખ્યામાં શ્રદ્ધાળુઓ પ્રભુનાં દર્શન કરવા હેતુ આવે છે. અહીંયાં દર્શન કરવા માટેનો યોગ્ય સમય અપ્રિલથી જૂન સુધીનો હોય છે. મંદિરના પરિસરમાં મનાવવામાં આવતું મુખ્ય પર્વ છે, 'વાર્ષિક કલ્યાણમ્' (ચૈત્ર સુદ એકાદશી) તથા ચંદન યાત્રા (વૈશાખ માસનો ત્રીજો દિવસ)!

સિંહાચલમ્ મંદિરનો ઇતિહાસ

ઈ.સ. ૧૦૯૮માં ચોલા રાજ્યના રાજા કુલોથથુંગા દ્વારા શિલાલેખ કોતરાવવામાં આવેલા, જે આ દેવાલયની પ્રાચીનતા દર્શાવે છે. મંદિરમાં એવો શિલાલેખ મળી આવ્યો છે, જેમાં કલિંગ (પ્રાચીન ઓરિસ્સા)ની પૂર્વીય ગંગાની રાણી (વર્ષ ૧૧૩૭-૧૧૫૬)ની વ્યાખ્યા આપવામાં આવી છે, જ્યારે અન્ય એક શિલાલેખ

ઓરિસ્સાનાં પૂર્વીય ગંગા રાજા, નરસિંહદેવ (વર્ષ ૧૨૭૯-૧૩૦૬)ના વિષયમાં જણાવે છે. ઇતિહાસ પ્રમાણે, આ દેવાલયના મધ્ય ભાગનું નિર્માણ ઈ.સ. ૧૨૬૭માં કરવામાં આવેલું. મંદિરની દીવાલો પર તેલગુ અને ઉડિયા ભાષાના ૨૫૨ શિલાલેખો છે, જે મંદિરના પૂર્વવર્તી વર્ણવે છે. વર્ષ ૧૫૧૬થી ૧૫૧૯ની વચ્ચેના સમયગાળામાં રાજા કૃષ્ણદેવરાય મંદિરની મુલાકાતે આવ્યા હતા. એમણે આ દેવસ્થાનમાં કેટલાય મૂલ્યવાન અલંકારો અર્પણ કર્યા, જેમાં નીલમથી સજ્જ એક બહુમૂલ્ય હાર આજે પણ મંદિરમાં જોઈ શકાય છે! બીજા અનેક રાજાઓને સંબંધિત શિલાલેખ મંદિરમાં પ્રાપ્ય છે. તેનું શિલ્પકામ કોર્ણાકના મંદિર જેવું જ છે. પરિસરમાં પથ્થરનો રથ છે, જેમાં અશ્વો પણ જોડવામાં આવ્યા છે! તદ્ઉપરાંત, ૧૬ સ્તંભોથી બનેલો ઓરડો, જેમાં ઉપરોક્ત શિલ્પો અને પાષાણ-પ્રતિમાઓ બનાવવામાં આવી હોવાનું કહેવાય છે. પાછલી ત્રણ સદીઓથી વિજયનગરના રજવાડી કુટુંબ પુસાપતિ ગજપતિ આ દેવાલયના ટ્રસ્ટી છે. વિજયનગરના છેલ્લા રાજા ડૉ. પીવીજી રાજુગારુએ સિંહાચલમ્ દેવસ્થાન માટે લાખો એકર જમીન દાનમાં આપી દીધી હતી. વહેલી સવારે ચાર વાગ્યે મંદિરમાં મંગલ આરતી થાય છે અને એની સાથે જ ભગવાનનાં દર્શન શરૂ થાય છે. સવારે ૧૧:૩૦થી ૧૨:૦૦ અને બપોરે ૨:૩૦થી ૩:૦૦ વાગ્યા સુધી બે વાર અડધા કલાક માટે દર્શન બંધ થઈ જાય છે. રાતે ૯ વાગ્યે ભગવાનના શયનનો સમય થઈ જતા મંદિરના દ્વાર બંધ કરી દેવામાં આવે છે.

❖

રાજા પુરુરવાએ સિંહાચલમ્ ક્ષેત્રની એ પ્રતિમાને ધરતીના ગર્ભમાંથી બહાર કાઢીને તેના ઉપર જામેલી ધૂળ સાફ કરી. એ જ સમયે, અચાનક એક ભવિષ્યવાણી થઈ, “પ્રતિમાને સાફ કરવાને બદલે એને ચંદનના લેપથી ઢાંકીને રાખવામાં આવે! મૂર્તિના દેહ પરથી વર્ષમાં માત્ર એક વખત, વૈશાખ મહિનાના ત્રીજા દિવસે ચંદનનો આ લેપ કાઢવામાં આવે! અને એક જ દિવસ ભક્તોને પ્રભુની વાસ્તવિક પ્રતિમાનાં દર્શન પ્રાપ્ત થઈ શકશે.”

૧૦

મહાબલી હનુમાનનો શક્તિ-અવતાર!

વાંચીને આશ્ચર્ય થાય તેવી બાબત જરૂર છે, કારણ કે પવનપુત્ર હનુમાનને આપણે હંમેશાંથી જ પુરુષત્વના દેવતા તરીકે પૂજ્યા છે. જૂના જમાનાના અખાડામાં શરીર-બાંધાની દૃષ્ટિએ હનુમાનની મૂર્તિને સૌથી આદર્શ માનવામાં આવતી હતી તથા આજના કેટલાક જીમમાં પણ તેમની બાવડેબાજ તસવીરો જોઈને કસરત કરનારાઓને પ્રેરણા મળે છે. વિશ્વના સર્વપ્રથમ અને અત્યાધિક જૂના બોડી-બિલ્ડરમાં હનુમાનની ગણના થાય છે ત્યારે આ પ્રશ્ન થવો સાવ સ્વાભાવિક છે કે એવું કયું મંદિર છે જ્યાં તેઓ સ્ત્રી સ્વરૂપમાં પૂજાય છે અને શા માટે?

છત્તીસગઢનાં બિલાસપુર જિલ્લાથી લગભગ ૨૫ કિલોમીટર દૂર રતનપુર નામનું એક નાનકડું ગામ વસેલું છે, જે 'મહામાયા નગરી' તરીકે પણ ઓળખાય છે. આ સ્થળ ભારતની બે વિશેષતાઓ સંઘરીને બેઠું છે. સર્વપ્રથમ તો મહામાયા માતાનું મંદિર અને બીજું ગિરજાબંધ હનુમાન મંદિર! ભારતનું એકમાત્ર ધર્મસ્થળ, જ્યાં હનુમાન નારીસ્વરૂપે બિરાજી રહ્યા છે. તેમની મૂર્તિનો આયુકાળ દસ હજાર વર્ષથી પણ પુરાણો હોવાની માન્યતા છે. લોકોમાં ગિરજાબંધ હનુમાન પ્રત્યે અખૂટ શ્રદ્ધા છે. તેઓ માને છે કે નારીરૂપ હનુમાનનાં દર્શન સૌથી વધુ કલ્યાણકારી અને શુભપ્રેરક છે!

નિર્માણગાથા : રતનપુરના રાજા પૃથ્વી દેવજૂને થઈ પ્રેરણા!

એવું માનવામાં આવે છે કે દસ હજાર વર્ષ જૂના ગિરજાબંધ મંદિરમાં સ્થાપિત

મૂર્તિ રતનપુરના રાજા પૃથ્વી દેવજૂને થયેલી સ્ફુરણાનું ફળ છે. રાજાને કોઢનો રોગ લાગુ પડી ગયો હતો, જેના લીધે તેમને રાત-દિવસ તબિયત વિશેની ચિંતાઓ એમને સતાવ્યા કરતી હતી. પોતે આવડો મોટો રાજા હોવા છતાં શારીરિક અસ્વસ્થતાને કારણે નિઃસહાય છે, એ વાત તેને અંદરોઅંદર પરેશાન કરી રહી હતી. અન્ય રાજા-રજવાડાંઓને ત્યાં કામ કરતા વૈદ્યોને આમંત્રણ મોકલવામાં આવ્યાં. ભાતભાતની દવાઓ તેમ જ જડીબુટ્ટીઓનો આશરો પણ લેવાયો. જરૂર પડે તો શસ્ત્રક્રિયા કરાવવા સુધી રાજા તૈયાર હતા, પરંતુ એક પણ ઉપાય કારગત ન નીવડ્યો. આખરે તમામ વૈદ્યોએ હાથ ઊંચા કરી દીધા! કોઢને લીધે રાજા પૃથ્વી દેવજૂ કોઈની સાથે શારીરિક સુખ નહોતાં માણી શકતાં. તેમનું આખું જીવન જાણે સાવ નીરસ બની ગયું હતું. એક રાત્રે તેમણે નિર્ણય કર્યો કે આવી જિંદગી જીવવા કરતાં મરી જવું બહેતર છે! વિચારતાં-વિચારતાં તેઓ નિદ્રાધીન થઈ ગયા.

સ્વપ્નમાં રાજાએ જોયું તો સામે સાક્ષાત્ સંકટમોચન હનુમાન! પરંતુ તેમનું આવું રૂપ તેમણે પહેલાં ક્યારેય નહોતું જોયું. નારી-સ્વરૂપ પ્રતીત થઈ રહેલા હનુમાનના એક હાથમાં લાડુ ભરેલી થાળી અને બીજા હાથમાં રામ મુદ્રા અંકિત થયેલી હતી. કાનમાં ભવ્યાતિભવ્ય ચમકદાર કુંડળનું તેજ અને માથા પર સુંદર મુકુટ માળા! અષ્ટ શૃંગારયુક્ત હનુમાનજીની દિવ્ય મંગલમય મૂર્તિએ રાજા પૃથ્વી દેવજૂને કહ્યું કે, 'હે રાજન, હું તારી ભક્તિથી અતિપ્રસન્ન છું. તારું કષ્ટ જરૂરથી દૂર થશે. એક મંદિરનું નિર્માણ કરાવી તેમાં મારી મૂર્તિની પ્રાણપ્રતિષ્ઠા કરાવ. આ સાથે મંદિરના પાછળના ભાગે એક તળાવ ખોદાવવાનું પણ શરૂ કર. ત્યાંથી જે જળધારા પ્રાપ્ત થાય તેમાં સ્નાન કરી મારી વિધિવત્ પૂજા કર. આટલું કર્યા બાદ તું કોઢમુક્ત થઈ જઈશ અને ભવિષ્યમાં કોઈ રોગ તને લાગુ નહીં પડે!'

રાજાની આંખો સવારે ખૂલી, તો તેણે આજુબાજુ નજર ફેરવી. ઘડીભર લાગ્યું કે હજુ પોતે સ્વપ્ન જોઈ રહ્યો છે. હનુમાનજીએ કહેલી વાતોનું સ્મરણ થતાં તેણે ત્વરાથી પોતાનો નિત્યક્રમ પૂરો કરી રાજસભાનાં વિદ્વાનોને તેડું મોકલાવ્યું. વિદ્વાનોએ પણ રાજાને કહ્યું કે મંદિરનું નિર્માણ તો થવું જ જોઈએ. રાજાએ એ દિવસથી કારીગરો પાસે ગિરજાબંધમાં મંદિરનું ચણતર શરૂ કરાવી દીધું. જોતજોતામાં તો બાંધકામ પૂરું પણ થઈ ગયું. ફરી એક નવો પ્રશ્ન ઊભો થયો કે મંદિરના ગર્ભગૃહમાં સ્થાપન કરવા માટેની મૂર્તિ ક્યાંથી લાવવામાં આવે? થોડા દિવસો બાદ રાજાને ફરી એક સ્વપ્ન આવ્યું, જેમાં હનુમાને તેમને કહ્યું કે, મા મહામાયાના કુંડની ભીતર હજારો વર્ષ પહેલાંની મારી મૂર્તિ અપૂજિત અવસ્થામાં પડેલી છે, તેને બહાર કાઢી મંદિરમાં તેનું સ્થાપન કરો!

તાબડતોબ બીજા દિવસે રાજા પોતાના પરિવારજન અને પુરોહિતો સાથે મા મહામાયા દેવીના દરબારમાં ગયા. ઘણા દિવસો સુધી ત્યાંના કુંડમાં હનુમાનજીની મૂર્તિની શોધખોળ ચાલી, પરંતુ કશું જ હાથ ન લાગ્યું. સૌ કોઈ હતાશ થઈ ગયા. હવે તો રાજાએ પણ આશા છોડી દીધી. તેણે પોતાની સેનાને ફરી રાજમહેલ પરત ફરવાનો આદેશ આપ્યો. આમ છતાં રાજાના ભક્તિભાવમાં રતીભરનો ફેરફાર ન આવ્યો. તે નિયમિતપણે હનુમાનની આરતી કરીને પ્રજાજનોનાં સુખ-દુઃખ સાંભળતો. દરરોજ તેમનો જીવ કચવાતો કે હનુમાનજીની આજ્ઞાનું તેઓ પૂર્ણપણે પાલન ન કરી શક્યા.

એક રાત્રે ફરી તેમને સ્વપ્નમાં હનુમાને દર્શન આપ્યાં, કહ્યું કે, 'રાજન, તું હતાશ ન થઈશ! તારી શોધખોળમાં થોડીક ખામી રહી ગઈ છે. મા મહામાયાના ઘાટ પાસે જઈને તપાસ કર. જ્યાં લોકો સ્નાન કરે છે, પાણી ભરે છે એ બાજુ જઈને ખોદકામ કરાવ; તને મારી મૂર્તિ અવશ્ય મળી આવશે.' સવારે ઊઠીને ઘાટ પર જઈ તેણે ખોદકામ ચાલુ કરાવ્યું. થોડું અંદર ખોદતાંની સાથે જ મૂર્તિ દેખાવા માંડી. આશ્ચર્યજનક બાબત તો એ હતી કે રાજાએ પોતાના સ્વપ્નમાં હનુમાનનું જે નારી-સ્વરૂપ જોયું હતું, એવું જ અદ્દલોદ્દલ રૂપ મૂર્તિનું પણ જોવા મળ્યું. મૂર્તિના અંગ-ઉપાંગોમાંથી દિવ્ય તેજ વરસી રહ્યું હતું. અષ્ટ શૃંગારયુક્ત હનુમાનજીના એક ખભા પર ભગવાન રામ અને બીજા ખભા પર લક્ષ્મણ બિરાજેલા હતા. તેમનાં ચરણકમળ હેઠળ નિશાચરોનું ઝુંડ કચડાયેલી અવસ્થામાં જોવા મળ્યું. મૂર્તિ મળી જવાથી રાજાએ પણ આખરે રાહતનો શ્વાસ લીધો.

મૂર્તિના દેખાવ વિશે આજુબાજુનાં ગામોમાં ચર્ચા થવા લાગી. રાજા પૃથ્વી દેવજૂએ એક સારો દિવસ પસંદ કરી વિધિ-વિધાનપૂર્વક મૂર્તિની પ્રાણ-પ્રતિષ્ઠા કરાવી. મંદિરના પાછળના ભાગે ખોદાવેલ તળાવનું નામ તેણે ગિરજાબંધ રાખવાનું નક્કી કર્યું. મૂર્તિના સ્થાપન બાદ જોતજોતામાં રાજાનો કોઢ પણ દૂર થવા લાગ્યો. જેના લીધે ગામવાસીઓને હનુમાનમાં પૂર્ણપણે શ્રદ્ધા બેસી ગઈ. રાજા પૃથ્વી દેવજૂ પૂર્ણ સ્વસ્થ બની ગયા. તેમણે હનુમાનજીને પ્રાર્થના કરી કે, 'જેમ મારા કષ્ટનું આપે નિવારણ કર્યું છે, એ જ રીતે અન્ય શ્રદ્ધાળુઓની સમસ્યાનો પણ ઉકેલ લાવજો, પ્રભુ!'

સ્થાનિક લોકોમાં માન્યતા પ્રવર્તે છે કે હનુમાને સ્વપ્નમાં આવીને જે આજ્ઞા આપી એની પાછળ ખરેખર રાજા પૃથ્વી દેવજૂ ઉપરાંત અન્ય ભક્તોનાં કષ્ટ-નિવારણનો પણ હેતુ છુપાયેલો હતો. દક્ષિણામુખી હનુમાનની આ મૂર્તિનું ધ્યાનથી અવલોકન કરશો તો સમજાશે કે તેમાં પાતાળ-લોકનું ચિત્રણ છે.

અહિરાવણનો સંહાર કરતી વેળાનું આ દશ્ય છે, જ્યાં હનુમાનના એક પગ હેઠળ અહિરાવણ અને બીજા પગ હેઠળ કસાઈ જોવા મળે છે. એક ખાસ વાત એ કે છત્તીસગઢની રાજધાની રાયપુરથી લગભગ ૮૪ કિલોમીટર અંતરે આવેલી રમઈ પાટમાં પણ આવી જ એક પ્રતિમા જોવા મળે છે, પરંતુ તેને મંદિરના ગર્ભગૃહને બદલે પટાંગણમાં સ્થાપિત કરવામાં આવી છે!

❖

ભારતનું એકમાત્ર ધર્મસ્થળ, જ્યાં હનુમાન નારીસ્વરૂપે બિરાજી રહ્યા છે. તેમની મૂર્તિનો આયુકાળ ૧૦,૦૦૦ વર્ષથી પણ પુરાણો હોવાની માન્યતા છે. શ્રદ્ધાળુઓ માને છે કે નારીરૂપ હનુમાનનાં દર્શન સૌથી વધુ કલ્યાણકારી અને શુભપ્રેરક છે!

૧૧

પૂજનીય બુલેટ-બાઇકની અનોખી દાસ્તાન!

આમ તો આજ સુધીમાં આપણે કંઈ-કેટલાય મંદિરોમાં ભગવાનની પૂજા-આરતી કરી છે, પરંતુ ક્યાંય કોઈ બુલેટ બાઇકને ધૂપબત્તી કરી તેનાં આશીર્વાદ લીધા છે ખરા? એય પાછું જેવું તેવું બુલેટ બાઇક નહીં, 'રોયલ એનફિલ્ડ બુલેટ ૩૫૦'! વિશ્વાસ નથી આવી રહ્યો ને? રાજસ્થાનના પાલી જિલ્લામાં સ્થિત 'બુલેટ બાબા મંદિર'માં ઘણાં વર્ષોથી એક બુલેટ બાઇકની પૂજા કરવામાં આવી રહી છે. સ્થાનિકવાસી તેને 'ઓમ બન્ના'ના નામથી ઓળખે છે.

જોધપુરથી ૫૦ કિલોમીટર દૂર આવેલા ચોટીલા ગામમાં બનાવવામાં આવેલું 'ઓમ બન્ના' મંદિર શ્રદ્ધાળુઓ માટે ભક્તિની સાથોસાથ આશ્ચર્યનો પણ વિષય છે. ગામના સૌથી મોટા વૃક્ષ નીચે બનેલા ચબૂતરા પર ઓમ બન્નાની વિશાળ તસવીર મૂકવામાં આવેલી છે, જેની સામે દિવસ-રાત અખંડ જ્યોત પ્રજ્વલિત રહે છે. ચબૂતરાના ઓટલાથી થોડે જ દૂર ફૂલ-હારમાળા અને ધૂપબત્તીથી લદાયેલી રૉયલ એનફિલ્ડ બાઇક રાખવામાં આવી છે, જે છેલ્લાં થોડાં વર્ષોથી એ અવસ્થામાં અડીખમ ઊભી છે! જોધપુર-પાલી હાઈ-વે પરથી પસાર થનારો પ્રત્યેક યાત્રી અચૂક અહીં પગે લાગીને પછી જ આગળની સફર માટે પગ માંડે છે.

કઈ રીતે ઓમ બન્ના બન્યા ભગવાન?

ઓમ બન્ના ઉર્ફે ઓમસિંહ રાઠોડ ચોટીલા ગામના રહેવાસી ઠાકુર જોગસિંહ રાઠોડના પુત્ર હતા. ૧૯૮૮ની સાલમાં જોધપુર-પાલી હાઈ-વે પરના આ સ્થળ પર

જ ઝાડ સાથે બુલેટ અથડાવાથી ઓમ બન્નાનું અવસાન થયું હતું. ગામવાસીઓના કહ્યા અનુસાર, જે ઝાડ સાથે બુલેટ બાઇક અથડાવાને લીધે ઓમ બન્નાનું નિધન થયું હતું, ત્યાં દરરોજ કોઈ ને કોઈ અકસ્માત થવા લાગ્યો. એક અજાણી શક્તિ એમને જાણે લોહચુંબકની માફક ત્યાં ખેંચી લાવતી. થોડા દિવસોની અંદર ગામવાસીઓ એ વૃક્ષને મનહૂસ માનવા લાગ્યા, કારણ કે ત્યાં કંઈ-કેટલાય નિર્દોષ વાહનચાલકો મૃત્યુને ઘાટ ઊતરી ગયા હતા. રહસ્યની આ ગુથ્થી ઉકેલવામાં દરેક જણ નિષ્ફળ રહ્યો. દોરા-ધાગા થયા, વૃક્ષ ફરતે વાડ બંધાઈ, હોમ-હવન કરવામાં આવ્યા. પરંતુ પરિણામ? શૂન્ય. જૈસે થે! આ તમામ ઘટનાની વચ્ચે એક ઘટના એવી પણ હતી, જેની પાછળનું કારણ જાણવા માટે ઘણા ધમપછાડા થયા. બન્યું એવું કે ઓમ બન્નાના અકસ્માતના બીજા જ દિવસે પોલીસ કર્મચારીઓ તેની બાઇક ઉઠાવીને પોલીસ-સ્ટેશન લઈ ગયા. બીજા દિવસે સવારે આવીને જુએ છે, તો મોટરસાઇકલ ગાયબ! શોધખોળ કરતી વખતે માલૂમ પડ્યું કે બુલેટ અચાનક જ પોતાના ઘટનાસ્થળ(વૃક્ષ) પાસે પહોંચી ગઈ હતી. પોલીસકર્મીને લાગ્યું કે કોઈક એમની સાથે મશ્કરી કરી રહ્યું છે. તરત જ બાઇકને ઉઠાવીને ફરી પોલીસ-સ્ટેશન લઈ જવામાં આવી, પરંતુ આ વખતે એને ત્યાંના પટાંગણમાં ખુલ્લી છોડવાને બદલે લોખંડની સાંકળથી બાંધી દેવાઈ. આમ છતાં, સૌના આશ્ચર્યની વચ્ચે ત્રીજા દિવસે બાઇક ફરી ઝાડ પાસે પહોંચી ગઈ! અને આવું એક-બે વાર નહીં, દરરોજ બનવા લાગ્યું.

પોલીસ પણ હવે દરરોજના આ ત્રાસથી કંટાળી ગઈ હતી. આથી ઓમ બન્નાની આખરી ઇચ્છા સમજીને એમણે બુલેટ-બાઇકને વૃક્ષ પાસે જ રહેવા દીધી. ગામવાળાઓએ પણ સમજદારી દાખવીને ત્યાં બાઇક ઉપર છાંયડો બનાવી દીધો ત્યાર બાદ તો દરરોજ રાતે નવા ચમત્કાર સર્જાવા લાગ્યા! કોઈ પણ મુસાફર હાઈ-વે પરથી પસાર થાય ત્યારે ઓમ બન્નાનો ભટકતો આત્મા તેમના વાહનોને અટકાવી સાવધાન કરી દેતો, જેથી અકસ્માત ન થઈ શકે! અમુક વખત ૬૦-૭૦ કિલોમીટરની ગતિએ આવતાં બુલેટ-બાઇક સાવ અચાનક ૧૦-૧૫ કિલોમીટર પ્રતિ કલાકની ગતિ સુધી ધીમા પડી જાય એવું પણ બનવા લાગ્યું! લોકોને ભરોસો આવી ગયો કે પોતાની જેમ બીજો કોઈ વાહનચાલક અકાળ મોતે ન મરે, એ માટે ઓમ બન્ના રસ્તા વચ્ચે આવીને એમની મદદ કરતો. એમ કરતાં કરતાં મહિનાઓ વીતવા લાગ્યા, વર્ષો પણ વીતી ગયાં, પરંતુ એ દિવસ પછી આજ સુધીમાં એકેય વાહનચાલક સાથે દુર્ઘટના નથી ઘટી! દરેક સમયે એ રસ્તા પર કોઈ દિવ્ય શક્તિની હાજરીનો અનુભવ કરી શકાય છે.

મર્યા પછી પણ ઓમસિંહ રાઠોડનો આત્મા વાહનચાલકોની રક્ષા કરતો હોવાને

લીધે ધીરે ધીરે આજુબાજુના ગામ-શહેરોમાં બુલેટ-બાઇકની પ્રસિદ્ધિ પ્રસરવા લાગી. લોકો દૂરદૂરથી એમના દર્શન કરવા માટે આવવા લાગ્યા. બુલેટ બાબાની ખ્યાતિમાં વધારો થતા સ્થાનિક લોકોએ ત્યાં ચબૂતરા પાસે એક નાનકડું મંદિર બનાવી દીધું. ખૂબીની વાત તો એ છે કે દર્શનાર્થીઓ અહીં આવીને જે પણ મન્નત માંગે છે, તે અવશ્ય પૂરી થાય છે. આજની તારીખે પણ દરરોજ ઘણા બધા શ્રદ્ધાળુઓ આ અનોખા મંદિરની મુલાકાત માટે આવી ચડે છે.

જોકે, જોધપુર-પાલીનો આખો હાઈ-વે હવે તો આસ્થાનો વિષય બની ગયો છે. એ રસ્તે ચાલનારો કોઈ સામાન્ય વટેમાર્ગુ કે સાધુ પણ બુલેટ બાબાના દરબારમાં માથું ટેકવ્યા વગર પોતાની સફર આગળ નથી વધારતો! તેમને ઊંડે ઊંડે એવી શ્રદ્ધા છે કે ઓમ બન્ના તેમની યાત્રાને અત્યંત સુખદરૂપે પાર પાડશે અને રસ્તામાં એમને બીજા કોઈ વિઘ્ન નહીં નડે! આવતાં-જતાં લોકો બુલેટ બાબાના ચરણોમાં ફૂલ-હાર ચડાવી કંકુ-ચોખા વડે તેમનાં વધામણાં કરે છે. પોતાની યાત્રા સુખરૂપ નીવડે એ માટે તેઓ મનોમન ઓમ બન્નાને પ્રાર્થના કરે છે ત્યાર બાદ એમને ભોગમાં ધરાવાયેલો પ્રસાદ ગ્રહણ કરી પોતાના માર્ગે ચાલી નીકળે છે.

ઓમ બન્નાના અકસ્માત અને તેમના અકાળે અવસાનનું રહસ્ય હજુય ઉકેલી શકાયું નથી. ગામનાં જ એક વૃક્ષ સાથે ભેદી સંજોગોમાં બાઇકનું અથડાઈ જવું, પોલીસ-સ્ટેશનથી અચાનક બાઇકનું ગાયબ થઈ જવું, સાજાનરવા લોકોનાં વાહન સાથે ગંભીર અકસ્માતો થવા, બુલેટ આવી જવાથી આ તમામ ઘટનાક્રમ પર પૂર્ણવિરામ લાગી જવો! સવાલો ઘણા સૂઝી આવે છે, પરંતુ જવાબ કોઈનેય ખબર નથી. સ્થાનિક ગામવાસીઓએ પણ હવે આ બધા પ્રશ્નોના ઉત્તર મેળવવા માટે ફાંફાં મારવાનું લગભગ છોડી દીધું છે, કારણ કે તેઓ પોતાની શ્રદ્ધા અને આસ્થાને શંકા-કુશંકાનું સ્વરૂપ બિલકુલ આપવા નથી માંગતા.

દેશ-દુનિયામાં મૂર્તિમંત તથા અમૂર્તિમંત મંદિરો તો ઘણાંય જોયાં, પરંતુ એક એવું મંદિર જ્યાં મિકેનિકલ યંત્રની પૂજા કરવામાં આવતી હોય એવું ધર્મસ્થળ તો કદાચ પહેલી જ વાર ધ્યાનમાં આવ્યું છે. કદાચ ભારત દેશ જ એવો છે, જ્યાં લોકોનો ભક્તિભાવ સર્વસ્વ છે! તેમની કોઈ વસ્તુ કે વ્યક્તિ પ્રત્યેની શ્રદ્ધાના સીમાડા નથી.

❖

૧૨

જગન ગુર્જર જેવા ખૂંખાર ડાકુઓનું સાધનાસ્થળ!

સવાઈ માધોપુર નજીક રાજસ્થાનના કરૌલી જિલ્લામાં આવેલા પ્રાચીન કૈલા દેવી મંદિરમાં, ચાંદીના પટ્ટ પર સુવર્ણછત્રી હેઠળ બે પ્રતિમાઓ છે. એમાં ડાબી બાજુ જે પ્રતિમાનું મોઢું થોડું ત્રાંસુ છે, એ કૈલા માતાની મૂર્તિ છે. જમણી બાજુ માતા ચામુંડાની પ્રતિમા છે. કૈલા દેવીના આઠ હાથ છે. આ સિદ્ધસ્થાનની દિવ્યતાને કારણે કૈલા દેવી મંદિરને ઉત્તર ભારતની મુખ્ય શક્તિપીઠ તરીકે પ્રસિદ્ધિ પ્રાપ્ત છે.

મંદિરનો ઇતિહાસ

જે લોકો અહીં દર્શન હેતુ આવે છે, એમને દુન્યવી તત્ત્વથી અલગ એવી અનન્ય શાંતિ પ્રાપ્ત થાય છે! ત્રિકુટ મંદિરની સુશોભિત ટેકરીઓની તળેટીમાં સ્થિત આ મંદિરનું નિર્માણ રાજા ભોમપાલ દ્વારા ઈ.સ. ૧૬૦૦માં કરવામાં આવ્યું હતું. માનવામાં આવે છે કે ભગવાન શ્રીકૃષ્ણનાં માતાપિતા વસુદેવ અને દેવકીને જેલમાં કેદ કરીને, કંસ જે યોગમાયા નામની કન્યાની કતલ કરવા ઇચ્છતો હતો, એ યોગમાયા કૈલા દેવીના સ્વરૂપે આ મંદિરમાં બિરાજમાન છે.

બીજી માન્યતા મુજબ, પ્રાચીનકાળમાં ત્રિકુટ પર્વતની આસપાસનો વિસ્તાર ગાઢ જંગલોથી ઘેરાયેલો હતો. આ વિસ્તારમાં નરકાસુર નામનો ભયાનક રાક્ષસ રહેતો હતો. આજુબાજુના વિસ્તારમાં તેનો અતિશય આતંક! એના અત્યાચારોથી સામાન્ય લોકો ત્રસ્ત હતા. રાક્ષસના ત્રાસથી દુઃખી લોકોએ મા દુર્ગાની પૂજા

કરી અને અહીં પ્રગટ થઈને સૌની રક્ષા કરવાની પ્રાર્થના કરી. કહેવાય છે કે સામાન્ય લોકોના દુઃખોના નિવારણ હેતુ મા કૈલા દેવીએ આ સ્થાન પર પ્રગટ થઈને નરકાસુરનો વધ કર્યો અને એમના ભક્તોને ભયમુક્ત કર્યા ત્યારથી જ લોકો એમને મા દુર્ગાનો અવતાર માનીને એમની પૂજા કરતા આવ્યા છે.

એક કિવદંતી પ્રમાણે, ત્રિકુટ પર્વત પર બહૂરા નામનો ગોવાળિયો પોતાના પશુઓને ચરાવવા લઈ જતો હતો. એક દિવસ એણે જોયું કે એની બકરીઓ એક જગ્યા પર વિશેષ દૂધસ્રાવ કરી રહી હતી, આ ચમત્કારે એને આશ્ચર્યમાં પાડી દીધો! એ સ્થળે ખોદકામ કર્યું, તો દેવી માની પ્રતિમા નીકળી આવી. ગોવાળિયાએ એનું ભક્તિભાવપૂર્વક પૂજન કરી, જ્યોત પ્રગટાવી અને ધીરે ધીરે પ્રતિમાની પ્રસિદ્ધિ એ ક્ષેત્રમાં ફેલાઈ ગઈ. આજે પણ કૈલાદેવી મુખ્ય મંદિરના પ્રાંગણમાં બહૂરા ભગતનું મંદિર સ્થિત છે. કૈલા દેવીનું સ્થાન સફેદ આરસપહાણ અને લાલ પત્થરોથી બનેલું છે, જે સ્થાપત્યકલાનો અભૂતપૂર્વ નમૂનો છે.

માનવામાં આવે છે કે મંદિરમાં સ્થાપિત મૂર્તિ અગાઉ નગરકોટમાં સ્થાપિત હતી. પાખંડી શાસકોના 'મૂર્તિ તોડો અભિયાન'થી ભયભીત મંદિરના પૂજારી યોગીરાજ મૂર્તિને મુકુંદદાસ ખીંચીને ત્યાં લઈ ગયા. કેદારગિરિ બાબાની ગુફાની નજીક પહોંચતા સુધીમાં રાત ઢળી ગઈ. યોગીરાજે મૂર્તિને બળદગાડામાંથી ઉતારી અને નીચે મૂકી ત્યાર બાદ બાબાને મળવા ગયા. બીજા દિવસે સવારે, જ્યારે યોગીરાજે મૂર્તિ ઉપાડવાનો પ્રયત્ન કર્યો ત્યારે તેઓ મૂર્તિને જગ્યા પરથી ખસેડી પણ ન શક્યા! આને માતાની ઇચ્છા સમજીને યોગીરાજે મૂર્તિને એ જ સ્થાન પર સ્થાપિત કરી દીધી અને મૂર્તિની સેવા કરવાની જવાબદારી બાબા કેદારગિરિને સોંપીને નગરકોટ પરત ફરી ગયા.

શા માટે માતાનો ચહેરો ત્રાંસો છે?

એકવાર માતા કૈલા દેવીનો ભક્ત દર્શન કર્યા પછી એવું બોલતો મંદિરની બહાર ગયો કે હું ટૂંક સમયમાં પાછો આવીશ. કહેવાય છે કે એ ભક્ત આજ સુધી પાછો નથી આવ્યો. એવી માન્યતા છે કે જે દિશામાં એ ભક્ત ગયો હતો. માતા આજે પણ એની રાહમાં એ દિશા તરફ જોઈ રહ્યાં છે!

કરૌલીમાં સ્થિત મા કૈલા દેવીના આ પાવન સ્થળ પર ફિલ્મી સ્ટાઇલમાં વેશ બદલીને ડાકુઓ આવે છે અને મા કૈલા દેવીની આરાધના કરે છે. એ પોતાના લક્ષ્યની સાધના માટે મા પાસે મન્નત માગે છે. મન્નત પૂરી થયા પછી

તેઓ પુનઃ દર્શન હેતુ આવે છે. કેટલાય કલાકો સુધી માતાજીની સાધના કરીને વિજયઘંટ ચઢાવે છે અને નીકળી જાય છે.

પોલીસનો કડક બંદોબસ્ત હોવા છતાં ડાકુઓ રોકાતા નથી!

કરૌલીમાં કૈલા દેવી મંદિરની બહાર અને અંદર પોલીસનો કડક બંદોબસ્ત હોય છે. પોલીસને અણસાર પણ મળી જાય છે કે ડાકુઓ અહીં આવશે. આમ છતાં ડાકુઓ આવે છે અને પૂજા કરીને નીકળી જાય છે. ઘણા પ્રયત્નો કરવા છતાં ડાકુઓને પોલીસ રોકી શકતી નથી. જેમ ફિલ્મોમાં ચોર-પોલીસની રમત એ પ્રતિષ્ઠાનો સવાલ હોય છે એવી જ સ્થિતિ અહીં પણ પેદા થતી હોય છે.

જગન ગુર્જર, ઔતારી જેવા ડાકુઓ પણ કરતા રહ્યા પૂજા!

મંદિરની બહાર પ્રસાદઘર ચલાવતા દુકાનદારોએ જણાવ્યું હતું કે ડાકુઓ હવે ઓછા થઈ ગયા છે. એમણે શરણાગતિ સ્વીકારી લીધી છે, પરંતુ એક સમયે ક્ષેત્રના કુખ્યાત ડાકુઓ પણ અહીં આવતા હતા. એમાંથી કરૌલીના રામસિંહ ડાકુ, જગન ગુર્જર, ધૌલપુરની ખડકોમાં પોતાનો અડ્ડો જમાવનાર ઔતારી અને કરૌલીનાં જંગલોમાં સૂરજ માલી ડાકુ તો નિયમિત રીતે કૈલા દેવીનાં દર્શન માટે અહીં આવતા હતા. પોલીસ પણ એમને પકડવાની હિંમત ક્યારેય એકઠી નથી કરી શકી. જોકે પૂજાના સમયે આવનારા ડાકુઓએ શ્રદ્ધાળુઓને ક્યારેય કોઈ પ્રકારનું નુકસાન નથી પહોચાડ્યું.

ચૈત્ર માસમાં થતો મેળો

આમ તો, માતાના દરબારમાં બારે માસ શ્રદ્ધાળુઓ દર્શન હેતુ આવતા રહેતા હોય છે. કૈલા દેવીના વાર્ષિક મેળાનું આયોજન ચૈત્ર મહિનામાં થાય છે. અહીં ભૈરવને સમર્પિત નાનાં મંદિરો પણ છે, જે આ મંદિરના આંગણામાં સ્થિત છે. કૈલા દેવીના મંદિરની સામે એક હનુમાનજીનું મંદિર છે, જેને સ્થાનિક રીતે 'લાંગુરિયા' કહેવાય છે. ચૈત્ર માસમાં દર વર્ષે આયોજિત થતા મેળામાં તો મોટી સંખ્યામાં શ્રદ્ધાળુઓ ઊમટી પડે છે. ચૈત્ર મહિનામાં લગભગ એક પખવાડિયા સુધી સતત ચાલુ રહેતા આ લક્ખી મેળામાં રાજસ્થાનીઓ સિવાય ઉત્તરપ્રદેશ, મધ્યપ્રદેશ, દિલ્હી, હરિયાણા, ગુજરાત તથા દક્ષિણ ભારતીયો પણ માતાના દરબારમાં પોતાની મનોકામના પૂર્ણ કરવા આવે છે.

૧૭ દિવસ ચાલતા આ મેળામાં મુખ્ય આકર્ષણ પહેલા પાંચ દિવસ તથા

છેલ્લા ચાર દિવસમાં જોવા મળે છે. રોજ લાખોની સંખ્યામાં દૂરદૂરથી પદયાત્રીઓ લાંબા ધ્વજ લઈને લાંગુરિયા ગીત ગાતા આવે છે! મંદિર પાસે સ્થિત કલીસિલ નદીમાં સ્નાનનું પણ વિશેષ મહત્ત્વ છે. અહીં મનાવવામાં આવતી કનક દૌડતીની પ્રથા માતાના કટ્ટર ભક્તો દ્વારા ભજવવામાં આવે છે. તેઓ મંદિરથી ૧૫થી ૨૦ કિલોમીટરનું અંતર ચાલીને નહીં, પરંતુ જમીન પર સૂતા સૂતા પૂરું કરે છે. આ દરમિયાન પોતાના હાથની મદદથી એક રેખા બનાવે છે અને ફરી ઊભા થઈને એ જ રેખાની આગળ સૂઈને બીજી રેખા બનાવે છે. આ પ્રક્રિયા મંદિર પહોંચતા દરમિયાન સતત ચાલુ રહે છે!

મેળા દરમિયાન સ્ત્રી-પ્રવાસીઓ સુહાગના પ્રતીકરૂપે લીલા રંગની બંગડીઓ તથા સિંદૂરની ખરીદી કરવાનું નથી ભૂલતી. અહીં બાળકોના મુંડન સંસ્કારની પરંપરા પણ જોવા મળે છે. પ્રતિવર્ષ લગભગ ૩૦થી ૪૦ લાખ યાત્રીઓ દર્શન હેતુ અહીં આવે છે.

❖

એક સમયે કરૌલીના રામસિંહ ડાકુ, જગન ગુર્જર, ધૌલપુરની ખડકોમાં પોતાનો અડ્ડો જમાવનાર ઔતારી અને કરૌલીનાં જંગલોમાં સૂરજ માલી ડાકુ નિયમિત રીતે કૈલા દેવીનાં દર્શન માટે આવતાં હતાં. પોલીસ પણ એમને પકડવાની હિંમત ક્યારેય એકઠી નહોતી કરી શકી. જોકે પૂજા સમયે આવનારા ડાકુઓએ શ્રદ્ધાળુઓને ક્યારેય કોઈ પ્રકારનું નુકશાન નથી પહોંચાડ્યું.

૧૩

ઝૂલતા સ્તંભઃ પૌરાણિક આર્કિટેક્ચરનો કરિશ્મા કે પછી રામનો મહિમા?

મંદિરના નામો સામાન્યતઃ દેવી-દેવતાના નામ પરથી રખાતાં હોવાની પ્રણાલી ચાલી આવે છે, પરંતુ આંધ્રપ્રદેશના અનંતપુર ખાતે સ્થિત લેપાક્ષી મંદિરની કથા બધાથી થોડીક અલગ છે. લેપાક્ષી એ તેલુગુ શબ્દ છે, જેનો અર્થ થાય છે, 'ઊઠ પંખી'! રામાયણકાલીન પૌરાણિક માન્યતા મુજબ, રાવણ સાથેના યુદ્ધમાં જટાયુ નામક પક્ષી ઘાયલ થયા બાદ લેપાક્ષી મંદિરની ધરતી પર જોવા મળ્યો હતો, ત્યારથી જ આખું ગામ 'લેપાક્ષી'ના નામે ઓળખાય છે. સોળમી સદીમાં બનેલું આ કલાત્મક મંદિર એટલું બધું વિશાળ છે કે પ્રથમ વખત દર્શન કરવા ગયેલ ભક્તજન તેની ભૂલભૂલૈયામાં જ અટવાઈ જાય! મંદિરના પરિસરમાં ભગવાન શિવ, મહાવિષ્ણુ અને વીરભદ્રનાં ત્રણ મંદિરો આવેલાં છે.

વિદેશી યાત્રાળુઓ લેપાક્ષી મંદિરને અંગ્રેજીમાં 'હેંગિંગ પિલ્લર ટેમ્પલ'ના નામે ઓળખે છે. જમીનને અડક્યા વગરનો હવામાં ઝૂલતો સ્તંભ આ મંદિરનું વિશેષ આકર્ષણ છે. દરઅસલ, આખું મંદિર કુલ ૭૦ સ્તંભોના ટેકા પર ઊભેલું છે, પરંતુ નવાઈની વાત એ છે કે ૭૦માંથી ફક્ત એક સ્તંભ એવો છે જેના પાયા હવામાં અધ્ધર લટકી રહ્યા છે. ભારે-ભરખમ વજન ધરાવતો સ્તંભ ઘણાં વર્ષોથી કોઈ ટેકા વગર ઝૂલી રહ્યો છે, જેની પાછળનું રહસ્ય સુલઝાવવામાં મોટા મોટા પુરાતત્ત્વશાસ્ત્રીઓ પણ નિષ્ફળ ગયા છે. બન્યું એવું કે ઝૂલતો સ્તંભ પણ પહેલાં તો જમીન સાથે જ જોડાયેલો હતો, પરંતુ એક બ્રિટિશ ઇજનેરને જિજ્ઞાસા થઈ

કે આખું મંદિર વળી ૭૦ સ્તંભો પર કઈ રીતે ઊભું રહી શકે!? પોતાની કુતૂહલવૃત્તિને પોષવા માટે તેણે મંદિરના એક સ્તંભને પાયામાંથી હચમચાવી નાંખ્યો. જેવો સ્તંભ પોતાની મૂળ સ્થિતિમાંથી સહેજ ખસ્યો કે તરત જ હવામાં ઝૂલવા માંડ્યો. બ્રિટિશ ઇજનેર દ્વારા તેને ફરી પોતાના સ્થાન પર ગોઠવવા માટે પુષ્કળ પ્રયાસો કરાયા, પરંતુ કશું જ કારગત ન નીવડ્યું. એ દિવસથી મંદિરના એ સ્તંભ અને જમીન વચ્ચે એક પાતળી તિરાડ જેવડી જગ્યા ખાલી રહી ગઈ છે, જે ભક્તો માટે શ્રદ્ધાનો વિષય બની ગઈ. દર્શનાર્થે આવનાર દરેક વ્યક્તિ સ્તંભ નીચે પોતાના ઘેરથી લાવેલ પવિત્ર કાપડનો ટુકડો પસાર કરીને દેવતાઓના આશીર્વાદ લે છે. તેઓ માને છે કે આમ કરવાથી ઘરમાં સુખ-સમૃદ્ધિનો વધારો થાય છે!

સ્થાનિકવાસીનું કહેવું છે કે મંદિરનું નિર્માણ વર્ષ ૧૫૮૩માં વિજયનગર રાજાને ત્યાં કામ કરતા બે ભાઈઓ વિરૂપન્ના અને વીરન્નાએ કરાવ્યું હતું. પરંતુ પૌરાણિક માન્યતા મુજબ, લેપાક્ષી મંદિરના પરિસરમાં આવેલ વીરભદ્ર મંદિરનું નિર્માણ ઋષિ અગસ્ત્ય દ્વારા થયું છે! કેટલાકનું કહેવું એમ પણ છે કે રાવણ સાથેના યુદ્ધ બાદ જ્યારે ઘાયલ જટાયુને શોધતા શોધતા શ્રી રામ અહીં આવી ચડ્યા ત્યારે તેમનાં મુખમાંથી 'ઊઠ પક્ષી' (લે પાક્ષી) જેવા શબ્દો સરી પડ્યા. મંદિરની અંદર ઘણી બધી કલાકૃતિઓ એવી છે જેને જોઈને પુરાતત્ત્વશાસ્ત્રીઓ પણ અચંબિત થઈ ગયા હતા! કેટલીક ઉત્કૃષ્ટ કૃતિઓને અહીં શબ્દોમાં વર્ણવવાનો પ્રયાસ કર્યો છે :

(૧) લેપાક્ષી નંદી (નંદીની સૌથી વિશાળ પ્રતિમા)

લેપાક્ષી મંદિરથી થોડે જ દૂર એક મોટા પથ્થરમાંથી ઘડાયેલી નંદીની વિશાળ પ્રતિમા છે, જે લગભગ ૮.૨૩ મીટર (૨૭ ફૂટ) લાંબી અને ૪.૫ મીટર (૧૫ ફૂટ) ઊંચી છે. વિશાળ પથ્થરમાંથી નકશીકામ થયેલી સૌથી મોટી મૂર્તિની યાદીમાં ગોમતેશ્વર પ્રતિમા બાદ અહીંની નંદી પ્રતિમા મોખરાનું સ્થાન ધરાવે છે.

(૨) નાગ લિંગ પ્રતિમા

વીરભદ્ર મંદિરના પરિસરમાં એક મોટા પથ્થરમાંથી કોતરવામાં આવેલી વિશાળ નાગ લિંગ પ્રતિમા બિરાજમાન છે. માનવામાં આવે છે કે તેનું કદ બાકીની તમામ નાગ લિંગ પ્રતિમાઓ કરતાં સૌથી વધારે છે. કાળા રંગના ગ્રેનાઇટ પથ્થરનું શિવલિંગ અને તેની ઉપર સાત ફેણ બિછાવીને બેઠેલો નાગ પાષાણકળાનું ઉત્કૃષ્ટ ઉદાહરણ ગણી શકાય.

(૩) રામ પદમ્

લેપાક્ષી અને તેના પરિસરમાં નિર્મિત થયેલું વીરભદ્ર મંદિર ઘણાં વણઉકેલ્યાં રહસ્યોને પોતાની અંદર સંઘરીને બેઠું છે. અહીં ખૂબ જ વિશાળ કદનાં માનવીય પગલાં મળી આવ્યાં છે. અતિ દિવ્ય અને તેજોમય જણાતા આ પગના પંજાના નિશાનને શ્રદ્ધાળુઓ ભગવાન શ્રીરામના ચરણકમળ ગણાવે છે. અમુક ભક્તો તેને સીતા માતાનાં પગલાં પણ માને છે! દર્શનાર્થે આવનાર દરેક ભક્ત અહીં પગે લાગી પોતપોતાની મનોકામના પૂરી કરવા પ્રાર્થના કરે છે.

(૪) શાનદાર ભીંતચિત્રો

મંદિરના પટાંગણમાં આવેલી દીવાલ પર ચીતરવામાં આવેલાં ભીંતચિત્રો પુરાણકાળની કેટલીક ખાસ પ્રથાઓ અને રીતરસમ તરફ અંગુલિનિર્દેશ કરે છે. વિવિધ રંગોની મદદ વડે બનાવાયેલ આ તમામ ચિત્રો પથ્થરની દીવાલ પર શોભાયમાન છે.

(૫) શિવકાળ દરમિયાનની થાળીનાં નિશાન

ગોળાકાર પ્લેટ જેવી દેખાતી થાળી વિશે અહીં બે માન્યતાઓ પ્રવર્તે છે. એક મસમોટા ગોળાકાર ફરતે છ-સાત નાના નાના ગોળાકાર ધરાવતી પ્લેટ જેવી આ રચના શિવકાળ દરમિયાનની ભોજનમાં વપરાતી થાળી હોવાનું મનાય છે. ગામવાસી માને છે કે પહેલાંના જમાનામાં પણ લોકો આ પ્રકારની થાળીમાં પોતાનું ભોજન આરોગતા! અન્ય કેટલાકનું માનવું છે કે ભીંતચિત્રો દોરવા માટે ઉપયોગમાં લેવાયેલા રંગોને આવા ગોળાકાર પાત્રોમાં મિશ્રિત કરવામાં આવ્યા હોવા જોઈએ.

(૬) ભગવાન ગણેશની મૂર્તિ

લેપાક્ષી મંદિરની સૌથી ખાસ બાબત એ છે કે અહીં મોટી ચટ્ટાનોની સંખ્યા ઘણી વધારે છે, જેથી તેમાંથી કોતરવામાં આવેલી પ્રતિમાઓની સંખ્યા પણ સ્વાભાવિક રીતે વધુ જ હોવાની! પટાંગણમાં આવેલી ગણેશ ભગવાનની મૂર્તિ પણ આવી એક મસમોટી શિલામાંથી કોતરવામાં આવી હોય તેવું જણાઈ આવે છે. તેની રક્ષા કરતાં બે વિશાળ સ્તંભ પરિસરની આગળની બાજુ છત્ર ઊભું કરે છે.

આ ઉપરાંત, છત વગરના વિશાળ મંડપ, મંદિરની છત પર ચીતરવામાં

આવેલ આકર્ષક શિવ પેઇન્ટિંગ, ચૂનાનો પથ્થર (લાઇમસ્ટોનનો ઢગલો) વગેરે જેવી બનાવટ આજે પણ ઘણા પુરાતત્ત્વશાસ્ત્રીઓ માટે સંશોધનનો વિષય છે, પરંતુ શ્રદ્ધાળુઓ તેને ભગવાન રામની પ્રસાદી તરીકે પૂજી રહી છે.

❖

આખું મંદિર ૭૦ સ્તંભોના ટેકા પર ઊભેલું છે, પરંતુ નવાઈની વાત એ છે કે ૭૦માંથી ફક્ત ૧ સ્તંભ એવો છે, જેના પાયા હવામાં અદ્ધર લટકી રહ્યા છે. ભારે-ભરખમ વજન ધરાવતો આ સ્તંભ ઘણાં વર્ષોથી કોઈ ટેકા વગર ઝૂલી રહ્યો છે, જેની પાછળનું રહસ્ય ઉકેલવામાં મોટા મોટા પુરાતત્ત્વશાસ્ત્રીઓ પણ નિષ્ફળ ગયા છે.

૧૪

રજસ્વલા મા પાસેથી મળતું રક્તરંજિત અમ્બુવાચી વસ્ત્ર!

આસામના ગુવાહાટીમાં આવેલ નીલાંચલ પર્વત પર કામાખ્યા માતાની શક્તિપીઠ બિરાજમાન છે. તમામ ૫૧ શક્તિપીઠોમાં કામાખ્યા માની મહત્તા સૌથી વધારે છે. પ્રજાપતિ દક્ષ દ્વારા જ્યારે સતીનું અપમાન કરવામાં આવ્યું ત્યારે સતીએ યજ્ઞકુંડમાં પોતાની જાત હોમી દીધી. ભગવાન સદાશિવ આ વાતથી ખૂબ જ દુ:ખી થઈ ગયા અને સમગ્ર બ્રહ્માંડમાં સતીના દેહને પોતાના ખભા પર ઊંચકી વિચરણ કરવા લાગ્યા. સતીના મોહમાંથી તેમને મુક્ત કરાવવા માટે ભગવાન વિષ્ણુએ પોતાના સુદર્શન ચક્ર વડે, દેવીના અચેતન સ્વરૂપના ૫૧ ટુકડા કર્યા. તમામ ટુકડાઓ પૃથ્વી પર આવીને શક્તિપીઠમાં રૂપાંતર થઈ ગયા. કામાખ્યા શક્તિપીઠના સ્થાન પર માતાનો યોનિ ભાગ પડ્યો હોવાની માન્યતા છે, જેના લીધે ત્યાં મહાપીઠની ઉત્પત્તિ થઈ! અહીંયાં દર વર્ષે ત્રણ દિવસ માટે માતા રજસ્વલા થાય છે.

મંદિરની અંદર દર્શન કરવા માટે માતાની કોઈ મૂર્તિ નથી. કામાખ્યા માતાના યોનિ ભાગને અહીં પૂજવામાં આવતો હોવાથી તેને પુષ્પ અને લાલ કપડા વડે હંમેશાં ઢાંકેલો રાખવામાં આવે છે. મુખ્ય ગર્ભગૃહથી થોડે જ દૂર એક બીજું મંદિર આવેલું છે, જ્યાં કામાખ્યા માની મૂર્તિપૂજા થાય છે. વર્ષના ત્રણ દિવસ દરમિયાન જ્યારે મા રજસ્વલા થાય છે, ત્યારે મંદિરને સંપૂર્ણ બંધ કરી દેવામાં આવે છે. દર્શનાર્થે પધારનાર ભક્તોને સફેદ રંગનું ભીનું વસ્ત્ર પ્રસાદીરૂપે અપાય છે, જેને 'અમ્બુવાચી વસ્ત્ર' કહે છે. માતાના રજસ્વલા થવાના દિવસો દરમિયાન

પ્રતિમાની આજુબાજુ સફેદ વસ્ત્ર ઓઢાડી મંદિર બંધ કરી દેવામાં આવે છે. ત્રણ દિવસ બાદ ફરી જ્યારે મંદિરના દરવાજા ખૂલે છે ત્યારે સફેદ વસ્ત્રનો રંગ બદલીને રાતો લાલ થઈ ગયેલો જોવા મળે છે ત્યાર બાદ આ રક્તરંજિત લાલ વસ્ત્રને ભક્તોમાં પ્રસાદ સ્વરૂપે વહેંચી દેવામાં આવે છે.

પૌરાણિક કથા અનુસાર, નરક નામના એક અસુરે દેવી કામાખ્યા સમક્ષ લગ્નનો પ્રસ્તાવ મૂક્યો. મા કામાખ્યા નરકાસુરના બદઇરાદાઓથી વાકેફ હતા. તેમણે વિવાહનો પ્રસ્તાવ સીધેસીધો ઠુકરાવી દેવાને બદલે તેની સામે એક શરત મૂકી. જે મુજબ, અગર નરકાસુર ફક્ત એક રાતની અંદર નીલાંચલ પર્વત પર માર્ગ, ઘાટ, મંદિર બધું જ નિર્માણ કરી આપે તો કામાખ્યા દેવી સાથેનાં લગ્ન શક્ય બને! અભિમાની નરકાસુરને થયું કે આમાં વળી કઈ મોટી વાત છે! તાત્કાલિક ભગવાન વિશ્વકર્માને તેડું મોકલવામાં આવ્યું અને મંદિરનું બાંધકામ શરૂ થઈ ગયું. ઘડીના છઠ્ઠા ભાગમાં નિર્માણ પામી રહેલ મંદિરને જોઈ, કામાખ્યા માતાએ કૂકડાને સવાર થયાની સૂચના આપવા જણાવ્યું. કૂકડાની બાંગ સાંભળી પળવાર માટે નરકાસુર ડઘાઈ ગયો. તેને પોતાના પર એટલો બધો વિશ્વાસ હતો કે ન પૂછો વાત! લગ્ન ન થઈ શકવાથી તે અત્યંત રોષે ભરાઈને મા કામાખ્યાના દિવ્ય કૂકડાનો પીછો કરવા લાગ્યો. બ્રહ્મપુત્ર નદીના કિનારે તેણે કૂકડાનો વધ કરી નાંખ્યો, જે જગ્યા આજે પણ 'કુક્ટાચકિ'ના નામે ઓળખાય છે. બાદમાં, નરકાસુરના અત્યાચારોને કારણે ભક્તો કામાખ્યા માતાના મંદિર સુધી પહોંચવામાં ખૂબ જ કષ્ટ ભોગવી રહ્યા હતા. મહર્ષિ વશિષ્ઠને નરકાસુરના ત્રાસ વિશે ખબર પડતાં તેમણે ક્રોધાવેશમાં આવીને નરકાસુરને શાપ આપ્યો. પરિણામસ્વરૂપ, મહામાયાની સહાય લઈને ભગવાન વિષ્ણુએ નરકાસુરનો અંત આણ્યો! એવું કહેવામાં આવે છે કે શાપના સમયથી જ મૂળ કામાખ્યા પીઠ લુપ્ત થઈ ચૂકી હતી.

પર્વતની તળેટીથી લઈને ઉપર મંદિર સુધી આવવાના માર્ગને આજે પણ 'નરકાસુર માર્ગ' તરીકે ઓળખવામાં આવે છે. સોળમી સદીમાં કામરૂપ પ્રદેશનાં રાજ્યો વચ્ચે ભીષણ યુદ્ધ થવા લાગ્યા. જેમાં કૂચવિહાર પ્રદેશના રાજા વિશ્વસિંહનો વિજય થયો. થયું એવું કે યુદ્ધ દરમિયાન રાજા વિશ્વસિંહના ભાઈઓ ખોવાઈ ગયા હતા. જેને શોધતાં શોધતાં તે નીલાંચલ પર્વત પહોંચી ગયો. ત્યાં તેને એક વૃદ્ધ મહિલાનાં દર્શન થયાં. એ મહિલાએ રાજાને નીલાંચલ પર્વતનું માહાત્મ્ય અને કામાખ્યા માતાના મંદિર વિશે સવિસ્તર જણાવ્યું. આખો ઇતિહાસ જાણ્યા બાદ રાજાએ એ સ્થળ પર ખોદકામ શરૂ કરાવ્યું.

થોડા દિવસ બાદ અમુક ફૂટ નીચેથી તેમને માતાનું મંદિર મળી આવ્યું. તેની બરાબર ઉપરના ભાગમાં રાજાએ નવા મંદિરનું ચણતર કામ હાથ ધર્યું. રાજા વિશ્વસિંહે બનાવેલા મંદિરને વર્ષ ૧૫૬૪માં મુસ્લિમ આક્રમણખોરોએ જમીનદોસ્ત કરી નાખ્યું. આમ છતાં, રાજાના પરિવારની શ્રદ્ધાને કારણે તેનું નવનિર્માણ થયું. રાજા વિશ્વસિંહના સુપુત્ર અને કૂચવિહારના નવા ગાદીપતિ રાજા નરનારાયણના હસ્તે મંદિરને ફરી એક નવો ઓપ અપાયો!

કામાખ્યા મંદિરથી થોડા અંતરે ઉમાનંદ ભૈરવનું મંદિર જોવા મળે છે. દરેક શક્તિપીઠની રક્ષા કરવા માટે એક-એક ભૈરવની સ્થાપના થયેલી હોય છે. ઉમાનંદ ભૈરવ એ કામાખ્યા શક્તિપીઠના ભૈરવ છે. તેમનું મંદિર બ્રહ્મપુત્રા નદીની વચ્ચોવચ સ્થિત છે. એવું માનવામાં આવે છે કે ઉમાનંદ ભૈરવનાં દર્શન વગર કામાખ્યા મંદિર સુધીની યાત્રા અધૂરી છે. શ્રદ્ધાળુએ પોતાની તમામ મનોકામનાની પૂર્તિ કરવા માટે તેમ જ મા કામાખ્યાના આશીર્વાદ મેળવવા માટે ઉમાનંદ ભૈરવના ચરણોમાં માથું ટેકવવું અનિવાર્ય છે. હિંદુ માન્યતા મુજબ, આ ટાપુ પર ભગવાન સદાશિવ ધ્યાનસ્થ મુદ્રામાં બેઠા હતા, એ સમયે કામદેવ દ્વારા તેમના પર કામ-બાણની વર્ષા કરવામાં આવી, જેનાથી ક્રોધે ભરાઈને ભગવાન શિવે કામદેવને પોતાના ત્રીજા નેત્રની અગ્નિ વડે ભસ્મ કરી દીધા હતા!

મંદિરના ગર્ભગૃહમાં યોનિ આકારનો એક કુંડ છે, જેમાંથી જળનો પ્રવાહ સતત ચાલુ રહે છે. લોકો તેને 'યોનિ કુંડ'ના નામે ઓળખે છે. દર વર્ષે અહીંયાં અમ્બુવાચી મેળાનું આયોજન કરવામાં આવે છે. ઉત્સવના ત્રણ દિવસ દરમિયાન મા કામાખ્યા રજસ્વલા હોવાને લીધે મંદિરમાં પ્રવેશ નિષેધ હોય છે, આમ છતાં માતાની પ્રસાદી ગ્રહણ કરવા માટે દેશ-વિદેશના ભક્તો આ સમય દરમિયાન આસામ આવી પહોંચે છે. ઘણા અઘોરી સાધુ અને તાંત્રિકો પણ અમ્બુબાચી મેળાનો હિસ્સો બને છે.

કામાખ્યા મંદિરમાં આખા વર્ષની અંદર કેટલાય ઉત્સવો અને તહેવારો ઉલ્લાસભેર ઊજવવામાં આવી રહ્યા છે. પોહન બિયા, દુર્ગાડિયૂલ, વસંતી પૂજા, મહાનડિયૂલ, અમ્બુવાચી અને મનસા દુર્ગા પૂજાનું મહત્ત્વ અહીંયાં સૌથી વધારે છે :

- **દુર્ગા પૂજા:** દર વર્ષે સપ્ટેમ્બર-ઑક્ટોમ્બર મહિનાની અંદર નવરાત્રિ દરમિયાન દુર્ગાપૂજાનું આયોજન કરવામાં આવે છે.
- **અમ્બુવાચી પૂજા:** કામાખ્યા માતાનાં રજસ્વલા થયા બાદ ચોથા દિવસે આ પ્રકારની પૂજા કરવામાં આવે છે.

- **પોહન બિયા:** ભગવાન કામેશ્વર અને કામેશ્વરીનાં પ્રતીકાત્મક વિવાહ વખતે પોહન બિયા પૂજાનું આયોજન કરવામાં આવે છે.
- **દુર્ગાડિયૂલ પૂજા:** ફાગણ મહિનામાં કરવામાં આવતી પૂજા-અર્ચના.
- **વસંતી પૂજા:** પવિત્ર ચૈત્ર માસમાં થતી આરાધના.
- **મહાનડિયૂલ પૂજા:** ચૈત્ર મહિનામાં ભગવાન કામદેવ માટે વિશેષતઃ યોજાતી પૂજા.

❖

વર્ષના ત્રણ દિવસ દરમિયાન કામાખ્યા મા રજસ્વલા થાય ત્યારે મંદિરને સંપૂર્ણ બંધ કરી દેવામાં આવે છે. દર્શનાર્થે પધારનાર ભક્તોને સફેદ રંગનું ભીનું વસ્ત્ર પ્રસાદીરૂપે અપાય છે, જેને 'અમ્બુવાચી વસ્ત્ર' કહે છે. આશ્ચર્યની વાત એ છે કે, મંદિરના કપાટ ફરી ખૂલે એ પછી સફેદ રંગના આ 'અમ્બુવાચી' વસ્ત્રનો રંગ બદલીને ઘેરો લાલ થઈ ગયેલો જોવા મળે છે!

૧૫

આલ્હા અને ઉદલના અદૃશ્ય આત્માની પાવન ઉપસ્થિતિ!

હિંદુ ધર્મમાં હંમેશાંથી દેવી માનાં મંદિરો ઊંચા સ્થાન પર નિર્માણ પામ્યાં છે. ઉત્તર ભારતમાં આપણે અનેક દુર્ગમ પહાડો અને કઠિનાઈઓ વેઠીને દુર્ગા માતાના દર્શન માટે વૈષ્ણો દેવી સુધીની સફર ખેડીએ છીએ. સૌરાષ્ટ્ર પ્રદેશનું ચોટીલા મંદિર કે પછી પાવાગઢ પર બિરાજમાન મા અંબાનું ઉદાહરણ લઈ લો! મોટા ભાગનાં શક્તિપીઠ મંદિરો પણ ઊંચા પહાડો પર જોઈ શકાય છે. એ જ રીતે, મધ્યપ્રદેશના સતના જિલ્લામાં ત્રિકુટ પર્વત પર આવેલું 'મૈહર મંદિર' પણ ૧૦૬૩ પગથિયાંનું ઊંચું ચઢાણ ધરાવે છે. પરંતુ અન્યો કરતા આ મંદિરની ખાસિયતો ઘણી અલગ અને રહસ્યમય છે, કારણ કે તેની સાથે ભારતનો ઇતિહાસ અને શ્રદ્ધા બંને જોડાયેલા છે.

મૈહરનો અર્થ છે, 'માતાનો હાર, ઘરેણું'! મૈહર નગરીથી ફક્ત પાંચ કિલોમીટર દૂર બિરાજમાન શારદા દેવી 'મૈહર માતા'ને નામે પણ ઓળખાય છે. સમગ્ર ભારતમાં મધ્યપ્રદેશ સિવાય અન્ય કોઈ રાજ્યમાં તેમનું મંદિર નથી. પર્વતના સર્વોચ્ચ શિખર પર શારદા માતાની સાથોસાથ કાલ ભૈરવી, હનુમાનજી, દેવી કાલી, મા દુર્ગા, શ્રી ગૌરી શંકર, શેષ નાગ, ફૂલમતિ માતા, બ્રહ્મદેવ અને જલાપા દેવીની પણ પૂજા કરવામાં આવી રહી છે.

કોણ છે આલ્હા અને ઉદલ? શું છે તેમનું રહસ્ય?

વીર રાજા પૃથ્વીરાજ ચૌહાણ સાથે યુદ્ધ લડનાર આલ્હા અને ઉદલ, માતા શારદાના ખૂબ મોટા ભક્ત હતા. એ બંનેએ જ સર્વપ્રથમ જંગલોની વચ્ચે મા શારદાના મંદિરની ખોજ કરી હતી. સદીઓ જૂના શિલાલેખ વિશે જાણીને તેમની શ્રદ્ધા બમણી થઈ ગઈ. આલ્હાએ સતત ૧૨ વર્ષ સુધી શારદા માની પૂજા કરી, તેમને પ્રસન્ન કર્યાં. આખરે માતા સ્વયં જ્યારે પ્રગટ થયાં ત્યારે આલ્હાએ તેમની પાસે અમરત્વ માંગ્યુ. તેઓ શારદા માતાને 'માઈ'નાં હૂંફાળા સંબોધનથી બોલાવતાં હતાં. એ સમયથી જ મંદિરનું નામ પણ 'શારદા માઈ'થી પ્રસિદ્ધ થવા લાગ્યું. આજના સમયમાં પણ માન્યતા છે કે મંદિરમાં માતાના સૌપ્રથમ દર્શન કરવા માટે આલ્હા અને ઉદલ બંને અદૃશ્ય સ્વરૂપે ત્યાં આવે છે. મંદિરની પાછળના ભાગમાં, પહાડની નીચે એક તળાવ છે જેને 'આલ્હા તળાવ'ના નામે ઓળખવામાં આવે છે. માત્ર આટલું જ નહીં, તળાવથી બે કિલોમીટર આગળ ચાલો એટલે એક અખાડો દેખાઈ આવે, જેના વિશે એવું મનાય છે કે, અહીં આલ્હા અને ઉદલે ખૂબ કુશ્તીઓ લડી છે!

મંદિર સાથે સંલગ્ન માન્યતા

પ્રજાપતિ દક્ષની સુપુત્રી સતી, કૈલાશ-સ્વામી શિવ સાથે વિવાહ કરવા ઇચ્છતી હતી, પરંતુ તેમના પિતા એટલે કે પ્રજાપતિ દક્ષને આ બિલકુલ મંજૂર નહોતું. આખો દિવસ સ્મશાનમાં બેસીને ધ્યાનમગ્ન રહેતા, અઘોરીઓ સાથે ભોજન આરોગતા, શરીરે ભભૂતિ ચોળીને પ્રેતગણ સાથે વસવાટ ધરાવતા જમાઈ સાથે પોતાની દીકરી કોણ પરણાવે? મહાદેવના ઈશ્વરત્વથી અજાણ દક્ષ પણ આવું જ ધારવાની ભૂલ કરી બેઠો. સતી તો પાર્વતીનો જ એક અવતાર હતાં! અર્ધાંગિની હોવાને નાતે તેઓ શિવત્વથી વિખૂટાં કઈ રીતે રહી શકે! પિતાની વિરુદ્ધ જઈને તેમણે ભગવાન શિવ સાથે લગ્ન કર્યાં અને પોતાના સાંસારિક જીવનનો પ્રારંભ કર્યો.

દિવસો વીતતા ગયા, વર્ષો વીતી ગયાં. સતીને પોતાના પિતા પ્રત્યેનો ગુસ્સો ધીરે ધીરે ઓગળી રહ્યો હતો, પરંતુ પ્રજાપતિ દક્ષ હજુ પણ શિવને પોતાના જમાઈ તરીકે સ્વીકારી નહોતા શક્યા. એવામાં એક વખત તેમણે ભવ્ય યજ્ઞનું આયોજન કર્યું, જેમાં દૂરદૂરથી રાજા-મહારાજાઓ અને ઋષિમુનિઓને આમંત્રણ આપવામાં આવ્યાં. બ્રહ્મા, વિષ્ણુ, ઇન્દ્ર તેમ જ અન્ય દેવી-દેવતાઓ પણ એમાં સામેલ થયાં, પરંતુ દક્ષ દ્વારા જાણી-જોઈને ભગવાન શિવ અને દેવી સતીને બાકાત રાખવામાં આવ્યાં.

સતીને લાગ્યું કે પિતા કદાચ પોતાના પરિવારને આમંત્રણ આપવાનું ભૂલી ગયા હશે. દીકરી હોવાને નાતે તેને કોઈ આમંત્રણની જરૂર નથી, એવું વિચારીને સતી વણનોતર્યા મહેમાનની માફક પિતાના વિરાટ યજ્ઞનો હિસ્સો બનવા પહોંચી ગયાં. શિવજીએ તેમને રોકવાની પુષ્કળ કોશિશો કરી, પરંતુ તેઓ નિષ્ફળ ગયા. સતીએ યજ્ઞ વખતે પ્રજાપતિ દક્ષને, પોતાના પ્રત્યે રાખવામાં આવેલા આ ભેદભાવનું કારણ પૂછ્યું. સતીની હાજરીથી ક્રોધે ભરાયેલા રાજા દક્ષે પણ તેને શિવ વિશે ન કહેવાનાં વચનો કહ્યાં. બધાની વચ્ચે તેમનું ખૂબ અપમાન કર્યું. પિતાનો નફરતભાવ અને પોતાના પતિ પ્રત્યેની તેમની અરુચિ જોઈને સતી ખૂબ દુઃખી થયાં. યજ્ઞકુંડનો અગ્નિ લબકારા મારતો હતો, એ જ વખતે તેમણે પોતાની જાતને અગ્નિમાં હોમી દઈ આત્મ-વિલોપન કર્યું.

મહાદેવને આ વાતની જાણ થતાં ક્રોધાવેશમાં આવીને તેમનું ત્રીજું નેત્ર ખૂલી ગયું અને તેમણે ભયંકર નરસંહાર કર્યો. યજ્ઞકુંડમાંથી સતીનું પાર્થિવ શરીર ખભા પર ઉપાડી તેમણે તાંડવ કરવાનું શરૂ કરી દીધું. આખી પૃથ્વી તેમના ક્રોધનો શિકાર બનીને ધ્રૂજવા માંડી. ભગવાન વિષ્ણુને થયું કે જો મહાદેવને શાંત કરવામાં ન આવ્યા, તો સમગ્ર જીવસૃષ્ટિનું અસ્તિત્વ જોખમમાં મુકાઈ જશે. આ સાથે જ તેમણે સુદર્શન ચક્રની મદદ વડે દેવી સતીના દેહના ૫૧ ટુકડા કરીને પૃથ્વીના અલગ અલગ ભાગોમાં શક્તિપીઠની સ્થાપના કરી.

એવું માનવામાં આવે છે કે, મધ્યપ્રદેશનાં ત્રિકુટ પર્વત પર દેવી સતીનો હાર પડ્યો હતો. જોકે, મૈહર મંદિરનો સમાવેશ ૫૧ શક્તિપીઠોમાં નથી થતો. આમ છતાં ત્યાં ૩૬૫ દિવસ ભક્તો તેમ જ શ્રદ્ધાળુઓની ભીડ જામે છે. માતા પ્રત્યેની તેમની અડગ આસ્થા અને ભક્તિને કારણે શારદા દેવી મંદિરને પણ શક્તિપીઠ માનવામાં આવી રહી છે.

પશુબલિની પ્રથા!

એક માન્યતા એવી પણ છે કે ભારતનાં સર્વપ્રથમ આદિગુરુ શંકરાચાર્યએ અહીં નવમી-દસમી સદીમાં પૂજા-અર્ચના કરી હતી. શારદા દેવી મંદિર ફક્ત આસ્થાની દૃષ્ટિએ જ નહીં, પરંતુ ઐતિહાસિક દૃષ્ટિકોણથી પણ ખાસ્સું મહત્ત્વ ધરાવે છે. બીજું એ કે, મંદિરના ગર્ભગૃહમાં સ્થાપિત થયેલી મૂર્તિની પ્રાણ-પ્રતિષ્ઠા વિક્રમ સંવત ૫૫૯માં કરવામાં આવી હતી. આજે પણ મૂર્તિ પર દેવનાગરી લિપિમાં અંકિત થયેલ શિલાલેખ જોવા મળે છે. એમાં જણાવ્યા મુજબ, સરસ્વતીનો પુત્ર દામોદર જ કળિયુગના વ્યાસ મુનિ તરીકે ઓળખાશે! અન્ય ખાસ બાબત એ

જણાવવાની કે, દુનિયાના ઘણા સુપ્રસિદ્ધ ઇતિહાસકારોએ 'મૈહર દેવી' મંદિરમાં ઊંડાણપૂર્વક સંશોધનો કર્યાં છે. જાણીતા ઇતિહાસકાર એ. કનિંગ્ઘમે તો પોતાના રિસર્ચ-વર્ક પર કામ કર્યા બાદ ત્યાં સુધી કહી દીધું કે, પુરાણકાળમાં અહીં પશુ-બલિ આપવામાં આવતો હતો, પરંતુ વર્ષ ૧૯૨૨માં સતનાના રાજા બ્રજનાથ જૂદેવના આદેશથી પશુબલિની ક્રૂર પ્રથા પર નિયંત્રણો લાદવામાં આવ્યા.

શારદા દેવી મંદિરનું પોતાનું વિશેષ મહત્ત્વ છે, જેને ભક્તજનો પણ માની રહ્યા છે અને ઇતિહાસકારો પણ! કદાચ એકમાત્ર ભારતીય સંસ્કૃતિ પાસે એવી તાકત છે, જે ભલભલા વૈજ્ઞાનિક તથા પુરાતત્ત્વશાસ્ત્રીઓને મોમાં આંગળા નાંખવા મજબૂર કરી દે છે! અહીંયાં વિવિધતાની સાથે ભક્તિ પણ ઐશ્વર્ય અને આશ્ચર્યના રંગે રંગાયેલી જોવા મળે છે! ઇન્ક્રિડિબલ ઇન્ડિયા!

❖

મંદિરના ગર્ભગૃહમાં સ્થાપિત મૂર્તિની પ્રાણ-પ્રતિષ્ઠા વિક્રમસંવત ૫૫૯માં કરવામાં આવી હતી. આજે પણ મૂર્તિ પર દેવનાગરી લિપિમાં અંકિત શિલાલેખ જોવા મળે છે. એમાં જણાવ્યાનુસાર, સરસ્વતીનો પુત્ર દામોદર જ કળિયુગના વ્યાસ મુનિ તરીકે ઓળખાશે!

૧૬

દુર્બળ શનિદેવને શક્તિ પ્રાપ્ત કરાવનાર દૈવીય પર્વત!

સામાન્યતઃ શનિદેવને શાસ્ત્રોમાં ન્યાયના દેવતા ગણાવાયા છે. શનિની કુદૃષ્ટિ દેવતાઓને પણ ભારે પડી છે. નિષ્પક્ષ રીતે ત્રિલોકના તમામ જીવોનો ન્યાય તોળતાં શનિદેવની ગાથા હંમેશાંથી જ સાહસ-પ્રેરક રહી છે, પરંતુ એક વખત એવો પણ આવ્યો હતો. જ્યારે અન્યોને નિઃસહાય કરી દેનાર શનિદેવ, પોતે જ અત્યંત લાચાર અને દુર્બળ બની ગયા!

પ્રાચીન ગ્રંથોમાં સૌથી શક્તિશાળી દૈત્ય રાજા તરીકે રાવણને સર્વોચ્ચ-ઉપાધિ આપવામાં આવી છે. મહાન શિવભક્ત અને ત્રિકાળ-જ્ઞાની દશાનન પાસે સિદ્ધિઓનો ભંડાર હતો. ત્રણેય લોકનાં દેવી-દેવતા જેનાથી થરથર કાંપી ઊઠતાં, એવા રાવણનો ત્રાસ દિવસે ને દિવસે વધતો જતો હતો. પોતાની મહાનતા અને સર્વોપરિતા સાબિત કરવા માટે રાવણે એક પછી એક તમામ દેવતાઓને કેદી બનાવવાનું ચાલુ કરી દીધું. કોઈ દેવતા રાવણની શક્તિ સામે ટકી ન શક્યો. હદ તો ત્યારે થઈ જ્યારે રાવણે શનિદેવને પણ કેદ કરી લીધા. સમગ્ર દેવતાલોકમાં હાહાકાર મચી ગયો. રાવણને પાઠ ભણાવવાની તાતી જરૂરિયાત ઊભી થઈ હતી, એવા સમયે પવનપુત્ર હનુમાને સૂક્ષ્મ વેશે અશોકવાટિકામાં પ્રવેશ કરી રાવણને શિક્ષા આપવાનું નક્કી કર્યું.

રાવણ દ્વારા પોતાની પૂંછડી પર લગાવવામાં આવેલી આગ વડે હનુમાન જ્યારે લંકાદહન કરી રહ્યા હતા એ વખતે તેમની નજર શનિદેવ પર ગઈ. ઘણા સમયથી રાવણની કેદમાં રહેલા શનિદેવ પણ હનુમાનને જોઈ ગયા. ત્રિભુવનને

પોતાનાં સુચારુ ન્યાય અને નિષ્પક્ષતાનો પરિચય આપનાર શનિદેવ ખૂબ જ દુર્બળ અને નિઃસહાય લાગી રહ્યા હતા. તેમણે હનુમાન સામે ઇશારો કરીને પોતાને રાવણની પકડમાંથી છુટકારો અપાવવા માટે યાચના કરી. શનિદેવે હનુમાનને વચન પણ આપ્યું કે અગર પોતે અહીંથી મુક્ત થયા, તો રાવણના વધમાં ઘણી અગત્યની ભૂમિકા ભજવશે.

બજરંગબલીએ શનિદેવને મુક્ત તો કર્યા, પરંતુ શનિદેવની દુર્બળતા જોઈને તેઓ ઘણા ચિંતિત થઈ ગયા. શનિદેવે શક્તિ પ્રાપ્ત કરવા માટે હનુમાનને વિનંતી કરી. તેમને સુરક્ષિત સ્થાન સુધી પહોંચાડવામાં આવે તો અને તો જ શક્તિની પુનઃપ્રાપ્તિ શક્ય બની શકે એમ હતી. આથી હનુમાને એમને શ્રીલંકામાંથી પ્રક્ષેપિત કરી શનિક્ષેત્ર સુધી મોકલી આપ્યા. એવું માનવામાં આવે છે કે જ્યારે તેઓ હવામાં હતા ત્યારે તેમની વક્ર-દૃષ્ટિ શ્રીલંકા પર પડતાંની સાથે જ સોનાની લંકાનો સફાયો બોલી ગયો હતો! એટલું જ નહીં, રાવણના સમગ્ર કુળના વિનાશ પાછળ પણ શનિદેવ જવાબદાર બન્યા.

શ્રીલંકામાંથી પ્રક્ષેપિત થયા બાદ શનિદેવ, જે શનિક્ષેત્રમાં આવી ચડ્યા તેને આજે શ્રદ્ધાળુઓ શનિ પર્વતને નામે ઓળખે છે. મધ્યપ્રદેશમાં ગ્વાલિયર નજીક આવેલા ઐંતી ગામમાં આવેલું શનિદેવનું આ મંદિર ત્રેતાયુગના સમયનું હોવાની માન્યતા છે. એવું કહેવાય છે કે, મંદિરમાં પ્રાણ-પ્રતિષ્ઠિત શનિદેવની પ્રતિમા અવકાશમાંથી આવી ચડેલા ઊલકાપિંડનો એક ભાગ છે! પ્રખર જ્યોતિષીઓ અને ખગોળવિજ્ઞાનીઓનું માનવું છે કે શનિ પર્વત પર નિર્જન વનમાં પ્રસ્થાપિત આ મૂર્તિનું મહત્ત્વ સવિશેષ છે. આશ્ચર્યની વાત તો એ છે કે મહારાષ્ટ્રના શનિ શિંગળાપુરમાં પ્રતિષ્ઠિત 'શનિ શિલા' પણ અહીંથી જ લઈ જવામાં આવી છે.

શનિશ્ચર સ્થિત શ્રી શનિદેવ મંદિરનું નિર્માણ રાજા વિક્રમાદિત્યના હસ્તે કરવામાં આવ્યું હતું. બાદમાં સિંધિયા શાસકો દ્વારા તેનો જીર્ણોદ્ધાર થયો. રિયાસતકાળના દસ્તાવેજ અનુસાર, વર્ષ ૧૮૦૮માં ગ્વાલિયરના તત્કાલીન મહારાજ દૌલતરાવ સિંધિયાએ મંદિરની વ્યવસ્થા માટે જાગીર લગાવી. ત્યાર બાદ જીવાજીરાવ સિંધિયાએ વર્ષ ૧૯૪૫માં જાગીર જપ્ત કરી, સમગ્ર દેવસ્થાન 'ઔકાફ બોર્ડ ઑફ ટ્રસ્ટીઝ, ગ્વાલિયર'ના હસ્તક સોંપી દીધું ત્યારથી શનિદેવનું આ પવિત્ર ધર્મસ્થળ મધ્યપ્રદેશ સરકારની દેખરેખ હેઠળ છે.

શનિદેવનું પ્રત્યક્ષ દેવસ્થાન હોવાને કારણે દેશભરના શ્રદ્ધાળુઓ પૂરી આસ્થા અને વિશ્વાસ સાથે અહીં દર્શન કરવા માટે આવે છે. મહાબલી હનુમાને જ્યારે શનિદેવને આ ક્ષેત્રમાં પ્રક્ષેપિત કર્યા ત્યારે આકાશમાંથી જાણે ઉલ્કાપાત થયો

હોય એવો પ્રચંડ વિસ્ફોટ થયો. શિલાનાં રૂપમાં અહીં પ્રસ્થાપિત થવાને લીધે પર્વત પર ખૂબ મોટો ખાડો થઈ ગયો. આજે પણ આ વિશાળ ખાડો શનિદેવના સાક્ષાત્કારની નિશાની તરીકે પૂજાય છે. પોતાના કષ્ટો દૂર કરવા માટે ભક્તગણ દર શનિશ્વરી અમાસના દિવસે અહીં શનિદેવનાં ચરણોમાં માથું ટેકવવા માટે આવી પહોંચે છે. શનિક્ષેત્ર તરીકે જાણીતા બનેલા આ વિસ્તારમાં લોહધાતુ ખૂબ મોટી માત્રામાં મળી આવે છે. ઇતિહાસમાં ઘણી જગ્યાએ ગ્વાલિયરની આજુબાજુના વિસ્તારોમાં લોહ ધાતુના ઉત્પાદનનો ઉલ્લેખ મળી આવે છે. એકવીસમી સદીમાં પણ શનિક્ષેત્રના ભૂગર્ભમાં લોહધાતુ મળી આવ્યાના દાખલા છે.

આપણા પૌરાણિક ગ્રંથોમાં હનુમાન અને શનિદેવ વચ્ચેના ઘણા રોચક પ્રસંગો આપવામાં આવ્યા છે. મધ્યપ્રદેશના ગ્વાલિયર સિવાયના અન્ય ધર્મસ્થાનોમાં હનુમાનની શક્તિનો પરચો મેળવી ચૂકેલા શનિદેવની મૂર્તિ પ્રસ્થાપિત થયેલી જોવા મળે છે. પ્રાચીન માન્યતા અનુસાર, એક સમય પર શનિદેવનો પ્રકોપ ખૂબ વધી ગયો હતો. સામાન્ય માણસ હવે ત્રાહિમામ્ પોકારી ગયો હતો. ભક્તજનોએ બજરંગબલીને પ્રાર્થના કરી કે ગમે તેમ કરીને તેઓ શનિદેવના કોપથી એમની રક્ષા કરે. પોતાના પ્રિય ભક્તોની પીડા સાંભળી હનુમાન અત્યંત રોષે ભરાઈ ગયા. તેમણે શનિદેવને બરાબરનો પાઠ ભણાવવાનું નક્કી કર્યું. શનિદેવને હનુમાનના ક્રોધ વિશેની જાણ થઈ આવી. તેમણે ભયગ્રસ્ત થઈને સ્ત્રી-વેશ ધારણ કરી લીધો. હનુમાન બાળ બ્રહ્મચારી હોવાને લીધે સ્ત્રીઓ પર ક્યારેય હાથ નહીં ઉઠાવે, એ વાતની એમને ખાતરી હતી.

બીજી બાજુ, હનુમાન જ્યારે શનિદેવને પાઠ ભણાવવા પહોંચ્યા ત્યારે તેમનું સ્ત્રી-રૂપ જોઈ તેમણે પીછેહઠ કરવી પડી. શનિદેવે પણ પવનપુત્રના ચરણોમાં પડીને પોતે કરેલી ભૂલોની ક્ષમાયાચના માંગી. ભવિષ્યમાં તેઓ ક્યારેય ભક્તોને હેરાન નહીં કરે એ વાતનું વચન આપ્યું. આજે પણ એવું માનવામાં આવે છે કે હનુમાનના ભક્તો પર શનિદેવની વક્રદષ્ટિનો કોઈ પ્રભાવ નથી પડતો. શનિદેવ સ્ત્રી-વેશે જ્યાં પૂજાય છે, એ મંદિર એટલે સૌરાષ્ટ્રના ભાવનગર જિલ્લામાં આવેલું સાળંગપુરનું મંદિર!

સાળંગપુર હનુમાનની મૂર્તિને ધ્યાનથી જોશો, તો તેમનાં ચરણોમાં સ્ત્રી-વેશે બેઠેલા શનિદેવ તમને ચોક્કસપણે દેખાશે. ભૂત-પ્રેતથી સદાય પોતાના ભક્તગણની રક્ષા કરનાર સાળંગપુર હનુમાન મંદિરમાં દર મંગળવાર અને શનિવારે પ્રેત-નાશક વિધિ કરવામાં આવે છે. આજે પણ દેશ-વિદેશથી હજારો ભક્તો અહીં પોતાની ગોચર-અગોચર સમસ્યાઓ પ્રભુના ચરણોમાં મૂકીને તેમનાથી છુટકારો મેળવે છે. માનવામાં આવે છે કે જેના શરીર પર પ્રેતાત્માએ કબજો મેળવી લીધો

હોય, તેઓ મંદિરના અમુક કિલોમીટર સુધીના વિસ્તારમાં પગ મૂકતાં પણ ડરે છે. આવા દુષ્ટાત્માઓને મંદિરના પટાંગણમાં સાળંગપુર હનુમાનની જાજરમાન મૂર્તિ સામે લાવી માથું ટેકવવાની ફરજ પાડવામાં આવે છે. આમ કરવાથી તેમના શરીરમાં રહેલો પ્રેતાત્મા મોક્ષ પામે છે અને ભક્તગણ આવાં અલૌકિક તત્ત્વોની કેદમાંથી મુક્ત થઈ જાય છે.

❖

એવું કહેવાય છે કે, મંદિરમાં પ્રાણ-પ્રતિષ્ઠિત શનિદેવની પ્રતિમા અવકાશમાંથી આવી ચડેલાં ઊલ્કાપિંડનો એક ભાગ છે! પ્રખર જ્યોતિષીઓ અને ખગોળવિજ્ઞાનીઓનું માનવું છે કે શનિ પર્વત પર નિર્જન વનમાં પ્રસ્થાપિત આ મૂર્તિનું મહત્ત્વ સવિશેષ છે. મહારાષ્ટ્રના શનિ શિંગળાપુરમાં પ્રતિષ્ઠિત 'શનિ શિલા' પણ અહીંથી જ લઈ જવામાં આવી છે.

૧૭

પૂજા-અર્ચનાથી અલિપ્ત પ્રાચીન દેવસ્થાન!

મંદિરોનું મહત્ત્વ શું? પૂરી આસ્થા સાથે ઈશ્વરની ભક્તિ કરી તેમનો સાક્ષાત્કાર કરવો તે. પોતાની જાત સાથે સંવાદ સાધી ખુદને વધુ બહેતર બનાવવા માટેની એક પ્રક્રિયા, બરાબર? મંદિરનું ગર્ભગૃહ, એમાં બિરાજેલ મૂર્તિ અને તેની અસ્તિત્વ-ગાથા સાથે લોકોની શ્રદ્ધા જોડાયેલ હોય છે, પરંતુ ભારતભરમાં એવું કોઈ ધાર્મિક સ્થળ તમારા ધ્યાનમાં આવ્યું, જેનાં મૂળિયાં ધાર્મિકતા સાથે જોડાયેલ હોવા છતાં તે અપૂજ હોય? હથિયા દેવળ ભારતનું એવું મંદિર છે, જેના ગર્ભગૃહમાં શિવલિંગ સ્થાપિત હોવા છતાં ગામવાસીઓ તેને પૂજતા નથી. અરે, પૂજવાની વાત છોડો, એની બાજુમાંથી પસાર થતી વખતે નજર સુધ્ધાં નથી નાખતા! એવું કયું કારણ હોઈ શકે, જેણે સ્વયં ભગવાનને તેના ભક્તથી વિખૂટો પાડી દીધો? કયાં કારણોસર મંદિરનો દરજ્જો મળવા છતાં હથિયા દેવળને લોકો ધાર્મિક સ્થળ તરીકે નથી પૂજી રહ્યા?

ઉત્તરાખંડ રાજ્યના સીમાડે આવેલા જનપદ પિથોરાગઢથી ધારચૂલા માર્ગે લગભગ ત્રેવીસ કિલોમીટર આગળ જઈએ એટલે સભા બલ્તિર નામે એક ગામ આવે. ત્યાં આવ્યું છે... અભિશાપિત હથિયા દેવળનું મંદિર! દૂરદૂરથી લોકો અહીં મંદિરની કલાકારી જોવા માટે આવે છે, પરંતુ એમાંનો દરેકે-દરેક વ્યક્તિ પ્રભુનાં ચરણોમાં મસ્તક નમાવ્યા વગર જ પાછો ફરી જાય છે. અહીં એક પણ ફળ-ફૂલ નથી ચડાવી શકાતાં, કોઈ આરતી-ધૂપ નથી થતાં, નગારાં વગાડીને પૂજા નથી થતી. અહીં દાન-પેટી પણ રાખવામાં નથી આવી! ફક્ત

આવો, જુઓ, માણો અને ઘેર જાઓ!

મંદિરનું નામ હથિયા દેવળ જ શું કામ રાખવામાં આવ્યું? અર્થ છે: એક હાથથી બનેલું! ખૂબ પ્રાચીન સમયથી અસ્તિત્વ ધરાવતા આ મંદિરનો ઉલ્લેખ આપણા કેટલાક ગ્રંથો અને અભિલેખોમાં થયેલો છે. એક સમયે અહીંયાં કત્યૂરી રાજાનું શાસન હતું. એ સમયે ત્યાંના દરેક શાસકોને સ્થાપત્ય-કળા પ્રત્યે ખૂબ લગાવ રહેતો. ઘણાં ઐતિહાસિક સાહિત્યોમાં તો એવું પણ લખાયું છે કે શાસકો વચ્ચે રીતસરની સ્પર્ધાઓ યોજવામાં આવતી. જે શાસક સ્થાપત્ય-કળાનો ઉત્તમ નમૂનો પોતાના રાજ્યમાં ઊભો કરી દે, એને વિજેતા ઘોષિત કરી દેવામાં આવતો!

સ્થાનિક ગામવાસીઓનું કહેવું છે કે એ સમયે રાજ્યના કોઈક કુશળ કારીગરને મંદિરનું નિર્માણ કરવાની ઇચ્છા હતી. રાજાની આજ્ઞાથી એને કામ શરૂ કરવાની મંજૂરી મળી ગઈ. કારીગરની સૌથી ખાસ વાત એ હતી કે નિર્માણ-કાર્ય સમયે તેણે ફક્ત એક હાથનો ઉપયોગ કરવાનું નક્કી કર્યું હતું. ખરેખર આખું મંદિર એક રાતમાં તો બનીને તૈયાર પણ થઈ ગયું. નાગર અને લૅટિન શૈલીની સ્થાપત્ય કળા ધરાવતા હથિયા દેવળને એક મોટા પથ્થરમાંથી કોતરીને બનાવવામાં આવેલું છે. ધ્યાનાકર્ષક બાબત એ છે કે, મંદિરની અંદર ગર્ભગૃહમાં આવેલા શિવલિંગને પણ પથ્થરમાંથી કોતરીને લિંગનો આકાર આપવામાં આવ્યો છે. તેનું મુખ્ય પ્રવેશદ્વાર પશ્ચિમ દિશામાં છે. ૧.૮૫ મીટર ઊંચાઈ અને ૩.૧૫ મીટર પહોળાઈ ધરાવતા મંદિરના મંડપને જોવા માટે યાત્રાળુઓ દૂરદૂરથી આવે છે, પરંતુ પૂજા-અર્ચના પર મનાઈ ફરમાવેલ હોવાને કારણે મંદિરનું બાંધકામ જોઈને પરત ફરી જાય છે.

હથિયા દેવળમાં પૂજા વર્જિત હોવાનું રહસ્ય

માન્યતા અનુસાર ગામમાં એક મૂર્તિકાર રહેતો હતો, જે પથ્થરો કાપીને તેમાંથી દેવી-દેવતાઓની અલગ-અલગ ઘાટની મૂર્તિ બનાવતો. રોજબરોજના કામમાંથી એનું ઘર ચાલતું હતું, પરંતુ એક દિવસ કશીક ગંભીર દુર્ઘટનામાં તેનો હાથ કપાઈ ગયો. બિચારો થોડા દિવસ માટે તો ગભરાઈ ગયો, કારણ કે મૂર્તિ ઘડવાના કામમાં તો બંને હાથની જરૂર પડે. જરાક પણ આઘું-પાછું થાય તો આખો પથ્થર બદલીને નવેસરથી મૂર્તિ ઘડવાનું કામ ચાલુ કરવું પડે. આમ છતાં તેણે હિંમત ન હારી. ફક્ત એક હાથની મદદ વડે મૂર્તિઓ ઘડવાનો નિર્ધાર કર્યો, પરંતુ સમાજને મોઢે ગળણું થોડું બંધાય છે? બાપડાની સમસ્યા જોઈ તેને ઉત્સાહિત કરવાને બદલે ગામવાસીઓ તેના કામની ગુણવત્તા વિશે

શંકા કરવા લાગ્યા. એમને થયું કે એક હાથવાળો કારીગર આવડી મોટી મૂર્તિ તો વળી કઈ રીતે બનાવી શકે?

ગામના તમામ લોકો પાસેથી આવી હતાશાભરી વાતો સાંભળીને મૂર્તિકાર તો ખિન્ન થઈ ગયો. એણે નક્કી કરી લીધું કે હવે પોતે આ ગામમાં નહીં રહે. એ દિવસે જ તેણે પોતાનાં બિસ્તરા-પોટલાં બાંધી બીજે ગામ સ્થળાંતર કરવાની તૈયારી આટોપી લીધી. રાત્રે પથ્થરો કાપવાના હથિયારો અને મૂર્તિને આકાર આપવા માટેનાં ટાંચાં સાધનો સાથે તેણે ગામને અલવિદા કહ્યું અને નીકળી પડ્યો બાજુના ગામે! રસ્તામાં ગામવાસીઓ જ્યાં શૌચ-કર્મ કરતા હતા એ વિસ્તાર તેના ધ્યાનમાં આવ્યો. તેની સાવ લગોલગ એક વિશાળ મસમોટો પથ્થર પણ હતો!

બીજા દિવસે સવારે, ગામવાસીઓ પોતાનો નિત્યક્રમ પતાવવા ત્યાં પહોંચ્યા તો તેમણે જોયું કે કોઈકે રાતોરાત પેલી વિશાળ શિલાને કાપી ત્યાં મંદિરનું નિર્માણ કરી નાંખ્યું છે. બધાની તો આંખો ફાટી ગઈ. પોતે દરરોજ જ્યાં શૌચ-કર્મ કરતા હોય એ જગ્યાએ ભગવાનનું સ્થાન તો તેઓ કઈ રીતે પૂજી શકે? ગામવાળાઓએ ભેગા થઈને પેલા એક હાથવાળા કારીગરની શોધ આરંભી. આજુબાજુનાં તમામ ગામો ફેંદી નાંખ્યા, એમ છતાં મૂર્તિકારનો પત્તો ન જડ્યો! એ જાણે હવામાં ઓગળી ગયો હતો.

સ્થાનિક લોકોએ જ્યારે મંદિરના ગર્ભગૃહમાં બનેલું શિવલિંગ જોયું, તો તેમને ખ્યાલ આવ્યો કે તેનું મુખ વિપરીત દિશામાં બનાવી દેવાયું છે. ગામવાસીઓએ વિચાર્યું કે રાતના કાળા-ડિબાંગ અંધકારમાં નિર્માણ-કાર્ય થયું હોવાને લીધે આમ બન્યું હોવું જોઈએ. કોઈકે ગામમાંથી પૂજારીને બોલાવી શિવલિંગની પૂજા-અર્ચના માટેનો આદેશ આપ્યો, પરંતુ પૂજારીનું કહેવું હતું કે શિવલિંગમાં ક્ષતિ હોવાને લીધે કોઈ પણ ભક્ત અહીં પૂજા કરશે, તો એનું પુણ્યફળ મળવાની શક્યતા શૂન્ય છે! ઊલટું, એનાથી ભક્તજનને દોષ લાગી શકે છે. એમના જીવનમાં કશુંક અનિષ્ટ બનવાની સંભાવના પણ વધી જાય છે.

આ જ કારણોસર, હથિયા દેવળમાં શિવલિંગની પૂજા નથી થતી. નજીકમાં જ એક સરોવર છે, જેને સ્થાનિક ભાષામાં 'નૌલા' કહે છે. બાળકોને યજ્ઞોપવીત, મુંડન વગેરે સંસ્કાર માટે આ સરોવરમાં સૌપ્રથમ સ્નાન કરાવી ત્યાર બાદ આગળની વિધિનો આરંભ કરવામાં આવે છે. બીજી એક માન્યતા એવી પણ છે કે, અહીંના રાજાએ પોતાના રાજ્યનો સૌથી કુશળ કારીગર બીજા કોઈ પ્રદેશમાં જઈને ઉત્તમ સ્થાપત્ય-નિર્માણ ન કરી શકે એ માટે તેનો ફક્ત એક હાથ કાપી તેને હંમેશ માટે અપંગ બનાવી દીધો હતો. મૂર્તિકારનો જુસ્સો છતાંય ઓછો

ન થયો. તેણે એ રાત્રે હથિયા દેવળ મંદિરનું બાંધકામ કરી હંમેશાં માટે ગામ છોડીને ચાલ્યો ગયો. બીજા દિવસે આ વાત ત્યાંની પ્રજાને ખબર પડતાં તેઓ ખૂબ દુઃખી થઈ ગયા. ભોલેનાથમાં એમની શ્રદ્ધા અડગ રહી, પરંતુ પોતાના રાજાના આ દુષ્કૃત્યનો વિરોધ કરવા માટે તેમણે હથિયા દેવળની પૂજા કરવા પર પ્રતિબંધ લગાવી દીધો. આજદિન સુધી આખો પ્રદેશ વેરાન છે અને મુસાફરો/યાત્રાળુઓ સિવાય અહીં ચકલું પણ નથી ફરકતું!

❖

રાજાએ પોતાના રાજ્યનો સૌથી કુશળ કારીગર બીજા કોઈ પ્રદેશમાં જઈને ઉત્તમ સ્થાપત્ય-નિર્માણ ન કરી શકે એ માટે તેનો ફક્ત એક હાથ કાપી હંમેશ માટે તેને અપંગ બનાવી દીધો. આમ છતાં મૂર્તિકારની શ્રદ્ધા ભોલેનાથમાં અડગ રહી અને તેણે મંદિરનું બાંધકામ અટકાવ્યું નહીં. રાજાના આ દુષ્કૃત્યથી ક્રોધિત પ્રજાજનોએ હથિયા દેવળની પૂજા કરવા પર પ્રતિબંધ લગાવી દીધો!

૧૮

રાવણપૂજાઃ ભક્તના અનન્ય બલિદાનની ગાથા!

હંમેશાં એવું જ સાભળ્યું અને જોવા મળ્યું છે કે ભક્ત ભગવાનની પૂજા કરે છે, પરંતુ ક્યારેય એવું જોયું અથવા સાંભળ્યું નહીં હોય કે ભગવાન પહેલાં મંદિરમાં ભક્તની પૂજા કરવામાં આવે છે. હા, જો કોઈ ભગવાન પહેલાં ભક્તની પૂજા ન કરે તો એ પૂજા વ્યર્થ જાય છે!

રાજસ્થાનના ઉદયપુર શહેરથી ૮૦ કિલોમીટર દુર ઝાડોલમાં, આવારગઢના પહાડો ઉપર આ મંદિર સ્થિત છે. જે 'કમલનાથ મહાદેવ' નામથી પ્રસિદ્ધ છે. નામ પરથી ખબર પડી જાય કે દેવોના દેવ મહાદેવનું મંદિર છે. શિવજીનુ આ એક અતિ પ્રાચીન મંદિર છે. પુરાણો પ્રમાણે આ એ જગ્યા છે, જ્યાં રાવણે પોતાના મસ્તિષ્ક ભગવાન શિવને અગ્નિકુંડમાં સમર્પિત કર્યા હતા. ખુશ થઈને દેવાધિદેવે રાવણની નાભિમાં અમૃતકુંડ સ્થાપિત કર્યું હતું. આ મંદિરની વિશેષતા એ છે કે અહીંયાં સર્વપ્રથમ રાવણની પૂજા કરવામાં આવે છે. એવી માન્યતા છે કે મહાદેવની પૂજા કરતા પહેલાં, જો રાવણની પૂજા ન થાય તો એ પૂજા વ્યર્થ નીવડે છે.

કમલનાથ મહાદેવ મંદિરની કથાનુસાર, એકવાર લંકાપતિ રાવણ ભગવાન શંકરને ખુશ કરવા માટે કૈલાસ પર્વત પર પહોચી ગયો. ત્યાં પહોચીને તેણે ઘોર તપસ્યા આદરી, જેનાથી પ્રસન્ન થઈને આદિયોગીએ રાવણને વરદાન માંગવાનું કહ્યું. રાવણે વરદાનમાં મહાદેવનો સાથ માંગ્યો અને કહ્યું કે તેઓ એમની સાથે લંકામાં આવીને વસવાટ કરે. ત્રિપુરાંતકે રાવણની વાત માની તો લીધી, પરંતુ

એક શરતે! મહાદેવ શિવલિંગના સ્વરૂપમાં એની સાથે લંકા આવશે. જો લંકા પહોંચતાં પહેલા, રાવણે કોઈ પણ કારણોસર શિવલિંગને ધરતી ઉપર મૂક્યું તો ભગવાન એ જગ્યા પર જ બિરાજમાન થઈ જશે. રાવણે એમની શરત માની લીધી અને શિવલિંગ લઈને કૈલાસ પર્વત પરથી લંકા જવા નીકળી ગયો. કૈલાસ પર્વતથી લંકાનો રસ્તો ખૂબ લાંબો! ચાલતાં ચાલતાં રસ્તામાં રાવણને થાક લાગ્યો અને આરામ કરવા માટે એણે એક જગ્યા પસંદ કરી. ઇચ્છા ન હોવા છતાં, એણે શિવલિંગ જમીન પર મૂકવું જ પડ્યું.

આરામ કર્યા બાદ જ્યારે રાવણે નીચે મૂકેલા શિવલિંગને ઉઠાવવાનો પ્રયત્ન કર્યો ત્યારે એ ઉઠાવી શક્યો નહીં. તેણે ખૂબ બળ લગાવ્યું, પણ શિવલિંગ એની જગ્યા પરથી ચસક્યું સુધ્ધાં નહીં ત્યારે રાવણને ભગવાન શિવની શરત યાદ આવી અને એને પોતાની ભૂલ સમજાઈ. થયેલી ભૂલનો પશ્ચાત્તાપ કરવા, રાવણ ફરી ત્યાં જ તપસ્યા કરવા માંડ્યો. લંકેશ્વર આખા દિવસમાં એકવાર સો કમળના ફૂલોથી ભગવાન શિવનું પૂજન કરતો હતો. આવું કરતાં કરતાં રાવણને સાડા બાર વર્ષ વીતી ગયાં. બીજી બાજુ જ્યારે બ્રહ્માજીને લાગ્યું કે રાવણનું તપ સફળ થવાની તૈયારીમાં છે ત્યારે એમણે એની તપસ્યાને નિષ્ફળ કરવાના પ્રયોજનથી, એક દિવસ પૂજા માટેના સો કમળના પુષ્પમાંથી એક પુષ્પ લઈ લીધું. રાવણ જ્યારે પૂજા કરવા બેઠો ત્યારે એને એક પુષ્પ ઓછું પડ્યું. તરત જ એણે પોતાનું એક મસ્તક કાપીને ભગવાન શિવને અગ્નિકુંડમાં સમર્પિત કર્યું. ભગવાન શિવને પ્રસન્ન કરવા માટે એક પછી એક શિષ કાપીને અગ્નિકુંડમાં મહાદેવને સમર્પિત કરતો ગયો. રાવણની આવી કઠોર તપસ્યાથી શિવ પ્રસન્ન થયા. વરદાનના સ્વરૂપમાં એની નાભિમાં અમૃતકુંડની સ્થાપના કરી. સાથે સાથે આ જગ્યાને 'કમલનાથ મહાદેવ' નામ આપ્યું. એવું પણ કહેવાય છે કે, અહીંયાં ભગવાન રામે પોતાના વનવાસ દરમિયાન થોડો સમય વિતાવ્યો હતો. મંદિર સુધી જવા માટે ભક્તજનો તળેટીમાં સ્થિત શનિ મહારાજના મંદિર સુધી વાહન લઈને જઈ શકે છે, પરંતુ પહાડ ઉપરનો બે કિલોમીટરનો રસ્તો પગપાળા પૂરો કરવો પડે છે.

દેશમાં જેમ બધી જગ્યાઓનું પૌરાણિક મહત્ત્વ હોય છે એમ ઐતિહાસિક મહત્ત્વ પણ હોય છે. ઝાલોડ રાજ્ય ઝાલા રાજાઓની માલિકીનું હતું. ઝાલોડથી ૧૫ કિલોમીટર દૂર, આવરગઢના પહાડો ઉપર એક કિલ્લો આજે પણ મોજૂદ છે, જે મહારાણા પ્રતાપના દાદા રાણા સાંગાએ ચણાવ્યો હતો. આવરગઢમાં ઘણા કિલ્લાઓ આવેલા છે, જેમાંથી આ કિલ્લો સૌથી વધુ પ્રસિદ્ધ છે. કહેવાય છે, મુગલ શાસક અકબરે જ્યારે ચિત્તોડ ઉપર આક્રમણ કર્યું હતું ત્યારે આવરગઢનો

આ કિલ્લો જ ચિત્તોડની સેના માટે સુરક્ષિત સ્થાન હતું. ઈ.સ. ૧૫૭૬માં જ્યારે મહારાણા પ્રતાપ અને અકબરની સેના વચ્ચે હલ્દીઘાટીનું યુદ્ધ થયું હતું ત્યારે હલ્દીઘાટીની લડાઈમાં ઘાયલ થયેલ સૈનિકોને આ જ કિલ્લામાં સારવાર માટે લાવવામાં આવતા હતા. હલ્દીઘાટીના યુદ્ધમાં મહાન ઝાલા વીરમાનસિંહે પોતાના પ્રાણનું બલિદાન આપીને મહારાણા પ્રતાપનો જીવ બચાવ્યો હતો.

હલ્દીઘાટીના યુદ્ધ પછી કિલ્લામાં ઈ.સ. ૧૫૭૭માં મહારાણા પ્રતાપે હોળી પ્રજ્વલિત કરી હતી. એ સમયે સમગ્ર ઝાલોડમાં સર્વપ્રથમ આ જગ્યા પર હોલિકાદહન થતું હતું. આજે પણ દર વર્ષે મહારાણા પ્રતાપના અનુયાયીઓ અને ઝાલોડના લોકો હોળીના તહેવાર પર અહીં એકઠા થાય છે, જ્યાં 'કમલનાથ મહાદેવ' મંદિર આવેલું છે. મંદિરના પૂજારી હોલિકા દહન કરે છે. હોલિકા દહન થયા પછી જ, ઝાલોડ ક્ષેત્રમાં બધી જગ્યાએ હોલિકા દહન કરવામાં આવે છે. પોતાના દેશના ગૌરવશાળી ઇતિહાસને પણ તહેવાર સ્વરૂપે ઊજવીને ચિરકાલીન બનાવતાં ઝાલોડના લોકોની હોળી અન્ય દેશવાસીઓ માટે પણ પ્રેરણારૂપ છે.

❖

૧૯

...જ્યાં ૨૦,૦૦૦ ઉંદરો સમ્માનનીય છે!

ઉંદર, આમ તો સ્વરૂપમાં નાનો જીવ છે, પણ ભલભલા માણસને ગાંડા કરી શકે છે. ઘરમાં જો એક પણ ઉંદરને આપણે જોઈ જઈએ, તો મન બેચેન થઈ જાય છે. આપણે એને ઘરની બહાર કાઢી મૂકવાના તમામ પ્રયત્ન કરીએ છીએ. વિસ્મયકારક બાબત તો કે ભારત દેશમાં માતાજીનું એક એવું મંદિર છે, જ્યાં ૨૦,૦૦૦ ઉંદરો એકીસાથે વસવાટ કરે છે. એટલું જ નહીં, મંદિરમાં આવનાર ભક્તોને ઉંદરોએ એઠો કરેલ પ્રસાદ જ મળે છે. મુદ્દાની વાત એ છે કે આ મંદિરમાં આટલા બધા ઉંદરો હોવા છતાં અહીં કોઈ પણ પ્રકારની વાસ નથી આવતી. આજ સુધી કોઈ બીમારી પણ નથી ફેલાઈ, એ તો ઠીક પણ ઉંદરોનો એઠો કરેલો પ્રસાદ ખાઈને કોઈ પણ ભક્ત આજ સુધી બીમાર નથી પડ્યો. આજથી થોડા દાયકા પહેલાં જ્યારે ભારતમાં પ્લેગ ફેલાયો ત્યારે પણ અહીં મંદિરમાં ભક્તોનો મેળો જામતો હતો. લોકો એ સમયે પણ ઉંદરોએ ગ્રહણ કરેલો પ્રસાદ જ ખાતા હતા. આ વાત આપણા મનમાં ન માની શકાય એવું અચરજ ઊભી કરે એવી છે.

આ મંદિર, રાજસ્થાનની ઐતિહાસિક નગરી બિકાનેરથી અંદાજે ૩૦ કિલોમીટર દૂર દેશનોકમાં આવેલું છે. જે ‘કરણી માતા’નું મંદિર છે. આ દેવાલય ‘ઉંદરોવાળી માતા’, ‘ઉંદરોવાળું મંદિર’ અને ‘મૂષક મંદિર’ના નામથી પણ ઓળખાય છે.

કરણી માતા. શ્રદ્ધાળુઓ એમને જગદંબાનો અવતાર માને છે. એમનો જન્મ વર્ષ ૧૩૮૭માં એક ચારણ પરિવારમાં થયો હતો. બાળપણનું નામ રિધુબાઈ.

રિધુબાઈનાં લગ્ન સાઠિકા ગામડાના કિપોજી ચારણ સાથે થયાં. લગ્નના થોડા સમય બાદ, એમનું મન સાંસારિક જીવનમાંથી ઊઠી ગયું, એટલે એમણે કિપોજી ચારણનાં લગ્ન પોતાની નાની બહેન ગુલાબ સાથે કરાવીને, ખુદને માતાજીની ભક્તિ અને લોકોની સેવામાં પરોવી દીધાં. લોકકલ્યાણ, અલૌકિક કાર્યો અને ચમત્કારી શક્તિઓને કારણે રિધુબાઈને કરણી માતાના નામથી સ્થાનિક લોકો પૂજતા હતા. જ્યાં હાલમાં મંદિર સ્થિત છે, ત્યાં એક ગુફામાં કરણી માતા પોતાનાં ઇષ્ટદેવીની પૂજા કરતાં. આ ગુફા આજે પણ જોઈ શકાય છે. કહેવાય છે, કરણી માતા ૧૫૧ વર્ષનું દીર્ઘાયુષ્ય ભોગવીને ૨૩ માર્ચ, ૧૫૩૮ના રોજ જ્યોતિર્લીન થયાં. એમનો દેહાંત થયા બાદ ભક્તોએ એમની મૂર્તિની સ્થાપના કરી, એની પૂજા કરવા લાગ્યા, જે ત્યારથી શરૂ કરીને આજદિન સુધી અવિરતપણે ચાલુ છે.

કરણી માતા બિકાનેર રાજઘરાણાનાં કુળદેવી છે. લોકોનું કહેવું છે કે, એમના જ આશીર્વાદથી બિકાનેર અને જોધપુર શાસનની શરૂઆત થઈ હતી. બિકાનેર હકૂમતના મહારાજા ગંગાસિંહે વીસમી શતાબ્દીની શરૂઆતમાં કરણી માતાના મંદિરનું નવનિર્માણ કરાવ્યું હતું. મંદિરમાં ઉંદરો સિવાય, આરસપહાણના મુખ્ય દ્વાર પર કરવામાં આવેલી ઉત્તમ કારીગરી, મુખ્ય દ્વાર પર લગાવેલાં ચાંદીનાં મોટાં મોટાં કીવર, માતાનાં સોનાનાં છત્ર અને ઉંદરોના પ્રસાદ માટે રાખવામાં આવેલો ચાંદીનો મોટો થાળ પણ મુખ્ય આકર્ષણ છે.

ઉંદરોની વાત કરીએ તો મંદિરમાં એમનું ત્યાં એક છત્રરાજ છે. દેવાલયમાં અંદર પ્રવેશતાંની સાથે જ બધી જગ્યા પર ઉંદરો જ ઉંદરો દેખાય. એમની વસ્તીનો અંદાજો એ વાત ઉપરથી લગાડી શકાય કે મંદિરની અંદર માતાજીની મુખ્ય પ્રતિમા સુધી પહોંચવા માટે ભક્તોએ પગ ઢસડીને જવું પડે છે. જો તમે પગ ઉપાડીને ચાલો અને કોઈ ઉંદર પગ નીચે આવી જતાં તેને ઈજા થાય, તો અશુભ માનવામાં આવે છે. મંદિરમાં અંદાજિત ૨૦,૦૦૦ કાળા ઉંદરો છે અને થોડા સફેદ ઉંદરો પણ! સફેદ ઉંદરોને વધારે પવિત્ર માનવામાં આવે છે. એવી માન્યતા છે કે જો તમને સફેદ ઉંદર દેખાય તો તમારી ઇચ્છા જરૂરથી પૂરી થાય છે. આથી જ જે કોઈ ભક્ત દર્શન કરવા આવે ત્યારે તે સફેદ ઉંદરને શોધતો હોય છે.

આ મંદિરના ઉંદરોની એક વિશેષતા એ પણ છે કે સવારે પાંચ વાગ્યે થતી મંગલા આરતી અને સાંજે સાત વાગ્યે થતી સંધ્યા આરતીના સમયે મોટા ભાગના ઉંદરો પોતાના દરમાંથી બહાર આવી જાય છે. આ બે સમયે ઉંદરોની સૌથી વધારે ધમાચકડી મચતી હોય છે. અહીંયાં રહેવાવાળા ઉંદરોને 'કાબા' કહેવાય છે. માતાજીને ચઢાવવામાં આવતો પ્રસાદ સર્વપ્રથમ ઉંદરો ખાય છે. ત્યાર બાદ

લોકોમાં વહેંચાય છે. ગરુડ, ગીધ અને બીજાં જાનવરોથી આ ઉંદરોની રક્ષા માટે મંદિરમાં ખુલ્લી જગ્યા પર બારીક ઝીણી જાળી લગાવેલી છે. મંદિરમાં એમને દૂધ પીવડાવવા માટે મોટું વાસણ રાખવામાં આવ્યું છે. એમને મીઠાઈ અને દૂધનું ભોજન આપવા માટે નિયમિત આવકખર્ચની જોગવાઈ કરેલ છે. કરણી માતાને નિયમિત લાપસીનો ભોગ લાગે છે. નવરાત્રિ તથા અન્ય વિશેષ પર્વ પર મોટા પ્રમાણમાં ભોગ અને પ્રસાદીનું આયોજન થતું હોય છે.

કરણી માતા મંદિરમાં વસવાટ ધરાવતા ઉંદરોને માતાજીનું સંતાન માનવામાં આવે છે. પૌરાણિક કથા પ્રમાણે, એકવાર કરણી માતાનો સાવકો પુત્ર (નાની બહેન ગુલાબ અને એમના પતિનું સંતાન) લક્ષ્મણ કોલાયતમાં આવેલા કપિલ સરોવરમાં પાણી પીવાનો પ્રયત્ન કરી રહ્યો હતો એ દરમિયાન ડૂબીને મૃત્યુ પામ્યો. જ્યારે કરણી માતાને આ ઘટનાની ખબર પડી ત્યારે એમણે મૃત્યુના દેવતા યમરાજ પાસે પોતાના પુત્રને પુનઃજીવિત કરવાની પ્રાર્થના કરી. પહેલાં તો યમરાજે ના કહી, પણ પછી એમણે મજબૂર થઈને લક્ષ્મણને ઉંદરના સ્વરૂપે જીવતો કરી દીધો. ત્યારથી ઉંદરને માતાનું સંતાન માનવામાં આવે છે.

બિકાનેરનાં લોક-ગીતોમાં આ ઉંદરોની એક અલગ જ વાર્તા કહેવામાં આવી છે. પહેલાંના સમયમાં ૨૦,૦૦૦ સૈનિકોની એક સેના, દેશનોક ઉપર આક્રમણ કરવા આવી હતી ત્યારે કરણી માતાએ પરચો દેખાડીને બધા સૈનિકોને ઉંદર બનાવી, પોતાની સેવામાં રાખી લીધા.

❖

૨૦

ઔરંગઝેબના આક્રમણ પર ભારે પડેલી મધમાખીઓ!

ભારતીય સંસ્કૃતિ સદીઓ જૂની છે. દેશનો ઇતિહાસ ઘણો સમૃદ્ધ અને મજબૂત છે. જેની સાબિતી આપે છે આપણી જૂની ઇમારતો, મહેલો, મંદિરો તથા દાયકા જૂના મળી આવેલા અવશેષો. અલગ અલગ દેવી-દેવતાઓ, સંસ્કૃતિનાં સ્મરણચિહ્ન સમાં એમનાં અલગ અલગ દેવાલય અને એની સાથે જોડાયેલી ઐતિહાસિક તથા પૌરાણિક વાર્તાઓ. વિવિધતામાં એકતાનો સાચો અર્થ આ જ તો છે!

રાજસ્થાનના જયપુરથી ૧૧૫ કિલોમીટર દૂર, સિકર જિલ્લાના અરાવલી પહાડોમાં એક દેવીસ્થાન, જેનું નામ: જીણ માતાનું મંદિર. લોકમાન્યતા અનુસાર, એક વાર મુઘલ સમ્રાટ ઔરંગઝેબે જીણ માતા અને ભૈરવના મંદિરને તોડવાના ઇરાદાથી સૈનિકોને મોકલ્યા. આ વાતની જ્યારે સ્થાનિક લોકોને જાણ થઈ, તો તેઓ અતિશય દુ:ખી થયા. રાજાના આ પ્રકારના વ્યવહારથી ચિંતિત થઈને શ્રદ્ધાળુઓએ જીણ માતાને પ્રાર્થના કરી. લોકોની પ્રાર્થના ફળી અને માતાજીએ પોતાનો ચમત્કાર દેખાડ્યો. ત્યાં મધમાખીઓના એક વૃંદે મુઘલ લશ્કર પર આક્રમણ કર્યું! એમના ડંખથી સેનાની હાલત એટલી ખરાબ થઈ ગઈ કે એમણે પોતાના ઘોડા મેદાનમાં છોડીને ભાગી જવું પડ્યું. કહેવાય છે કે ખુદ શહેનશાહની હાલત પણ ખૂબ ગંભીર થઈ ગઈ હતી. છેવટે એણે પોતાની ભૂલ સ્વીકારીને માતાના ચરણોમાં અખંડ જ્યોત પ્રગટાવવાનું વચન આપ્યું. ત્યાર બાદ ગામવાસીઓને આશ્વાસન આપ્યું કે એ દર મહિને સવા મણ તેલ આ જ્યોત માટે ભેટ કરશે. પછી ઔરંગઝેબની તબિયતમાં સુધારો થવા માંડ્યો.

લોકોનું કહેવું હતું કે, શહેનશાહે ઘણાં વર્ષો સુધી તેલ દિલ્હીથી મોકલાવ્યું. ત્યાર પછી જયપુરથી મોકલવામાં આવતું હતું. ઔરંગઝેબના દેહાંત પછી પણ આ પરંપરા યથાવત્ રહી. જયપુરના મહારાજે આ તેલને માસિકની જગ્યાએ વર્ષમાં બે વાર નવરાત્રિના સમયે મોકલાવવાનું શરૂ કરી દીધું. મહારાજા માનસિંહજીના સમયે એમના ગૃહમંત્રી, રાજા હરિસિંહ અચરોલે તેલના સ્થાન પર રોકડા વીસ રૂપિયા અને ત્રણ આના પ્રતિમાસ આપવાનું નક્કી કર્યું, જે અવિરતપણે મળતા રહ્યા.

માનવામાં આવે છે કે જીણ માતાનો જન્મ ચૌહાણ વંશના રાજપૂત પરિવારમાં થયો હતો. એ પોતાના ભાઈ હર્ષને ખૂબ સ્નેહ કરતાં. એકવાર માતા જીણ એમની ભાભીની સાથે તળાવ પર પાણી ભરવા ગયાં. પાણી ભરતી વખતે ભાભી અને નણંદ વચ્ચે એ વાતને લઈને ઝઘડો આરંભ થયો કે હર્ષ કોને વધારે પ્રેમ કરે છે! આખરે બંને વચ્ચે એવો નિર્ણય લેવામાં આવ્યો કે હર્ષ જેના માથા ઉપરથી પાણીનું માટલું પહેલાં ઉતારશે એ જ એને વધારે પ્રિય હશે. ભાભી અને નણંદ માટલું લઈને ઘરે પહોંચ્યાં. ઘટના એવી બની કે, હર્ષે પહેલાં પોતાની પત્નીના માથા ઉપરથી માટલું નીચે ઉતાર્યું. આ જોઈને જીણ માતા ક્રોધિત થઈ ગયાં.

ગુસ્સે થઈને એમણે અરાવલીના કાજલ શિખર પર પહોંચી તપસ્યાનો આરંભ કર્યો, જેના પ્રભાવથી રાજસ્થાનના ચુરુમાં જ જીણ માતાનું નિવાસસ્થાન થઈ ગયું. અત્યાર સુધી હર્ષ ભાભી-નણંદ વચ્ચેના વિવાદથી અજાણ હતો. આ શરત વિશે જ્યારે એને ખબર પડી ત્યારે તે પોતાની બહેનની નારાજગીને દૂર કરવા કાજલ શિખર પર પહોંચી ગયો. એણે બહેન જીણને ઘેર પાછાં ફરવા વિનંતી કરી, પરંતુ માતાએ ઘરે આવવાની ના પાડી. બહેનને ત્યાં જોઈને હર્ષ પણ પહાડો ઉપર ભૈરવની તપસ્યા કરવા માંડ્યો અને એમણે ભૈરવપદ મેળવી લીધું.

જીણ માતાનું વાસ્તવિક નામ જયંતી માતા છે. એમને દુર્ગા માતાનો અવતાર માનવામાં આવે છે. ગાઢ જંગલથી ઘેરાયેલું આ દેવીસ્થાન, ત્રણ નાના પહાડોના સંગમ પર સ્થિત છે. મંદિરમાં આરસપહાણનું વિશાળ શિવલિંગ તથા નંદી મૂર્તિનું આકર્ષણ સૌથી વિશેષ છે. ત્યાંના લોકોનું કહેવું છે કે માતાજીનું મંદિર ૧૦૦૦ વર્ષ જૂનું છે. કેટલાક ઇતિહાસકાર આઠમી સદીને જીણ માતા મંદિરના નિર્માણકાળ તરીકે માને છે.

જીણ ધામની મર્યાદાઓ તેમ જ પૂજાવિધિઓ:

* જીણ માતા મંદિર સ્થિત પુરી સંપ્રદાયની ગાદીના પૂજા-પાઠ, માત્ર પુરી સંપ્રદાયના સાધુઓ દ્વારા જ થાય છે.

* જે પૂજારી જીણ માતાની પૂજા કરતા હોય, તેઓ પરાશર બ્રાહ્મણ તરીકે ઓળખાય છે.
* જીણ માતા મંદિરના પૂજારીઓના લગભગ ૧૦૦ પરિવાર છે, જેઓ પોતાના ક્રમાનુસાર એક પછી એક પૂજાવિધિની જવાબદારી સંભાળે છે.
* પૂજારીઓના ઉપનયન સંસ્કાર થયા પછી તેમને વિધિ-વિધાન સાથે પૂજા માટે તૈયાર કરવામાં આવે છે.
* પૂજા સમય દરમિયાન પૂજારીએ સંપૂર્ણપણે બ્રહ્મચર્યનું પાલન કરવાનું હોય છે તથા એમનું પોતાના ઘરે જવાનું તદ્દન પ્રતિબંધિત થઈ જાય છે.
* જીણ માતા મંદિરમાં અર્પણ કરવામાં આવેલા દેવદ્રવ્યનો ઉપયોગ પૂજારીઓની બહેન-દીકરીઓ જ કરી શકે. એમની પત્ની માટે એ નિષેધ હોય છે.
* વહેલી સવારે ચાર વાગ્યે જીણ ભવાનીની મંગલા આરતી થાય છે. સવારે આઠ વાગ્યે શૃંગાર તથા સાંજે સાત વાગ્યે ફરી શયન-આરતી થાય છે ત્યાર બાદ ભક્તગણોમાં પ્રસાદનું વિતરણ.
* ચંદ્રગ્રહણ અને સૂર્યગ્રહણના સમયે પણ આરતી પોતાના સમય પર જ થાય છે.
* દર મહિને શુક્લ પક્ષની આઠમે વિશેષ આરતી તથા પ્રસાદનું વિતરણ.
* મંદિરના ગર્ભગૃહનાં દ્વાર ચોવીસ કલાક ખુલ્લાં હોય છે. ફકત શૃંગારના સમયે પડદા લગાવવામાં આવે છે.
* પ્રત્યેક વર્ષ, શરદ પૂનમે મંદિરમાં વિશેષ ઉત્સવ મનાવવામાં આવે, જેમાં પૂજારીઓનો વારો બદલાઈ જાય છે.
* દર વર્ષે ભદ્ર પક્ષ મહિનાના શુક્લ પક્ષમાં શ્રીમદ્ દેવી-ભાગવતનો પાઠ તથા મહાયજ્ઞ થાય છે.

દેવાલયના પહાડોની ટોચ પર ભાઈ હર્ષ (ભૈરવનાથ)નું મંદિર છે. જીણ માતાના મુખ્ય અનુયાયીઓમાં એ ક્ષેત્રના વાણિયા, રાજપૂત, જીંગરા અને મીનાનો સમાવેશ થાય છે. જીણ માતા શેખાવાટી રાજપૂત, જીંગરા, મીના અને વાણિયાઓનાં કુળદેવી છે.

❖

છત્તીસગઢ

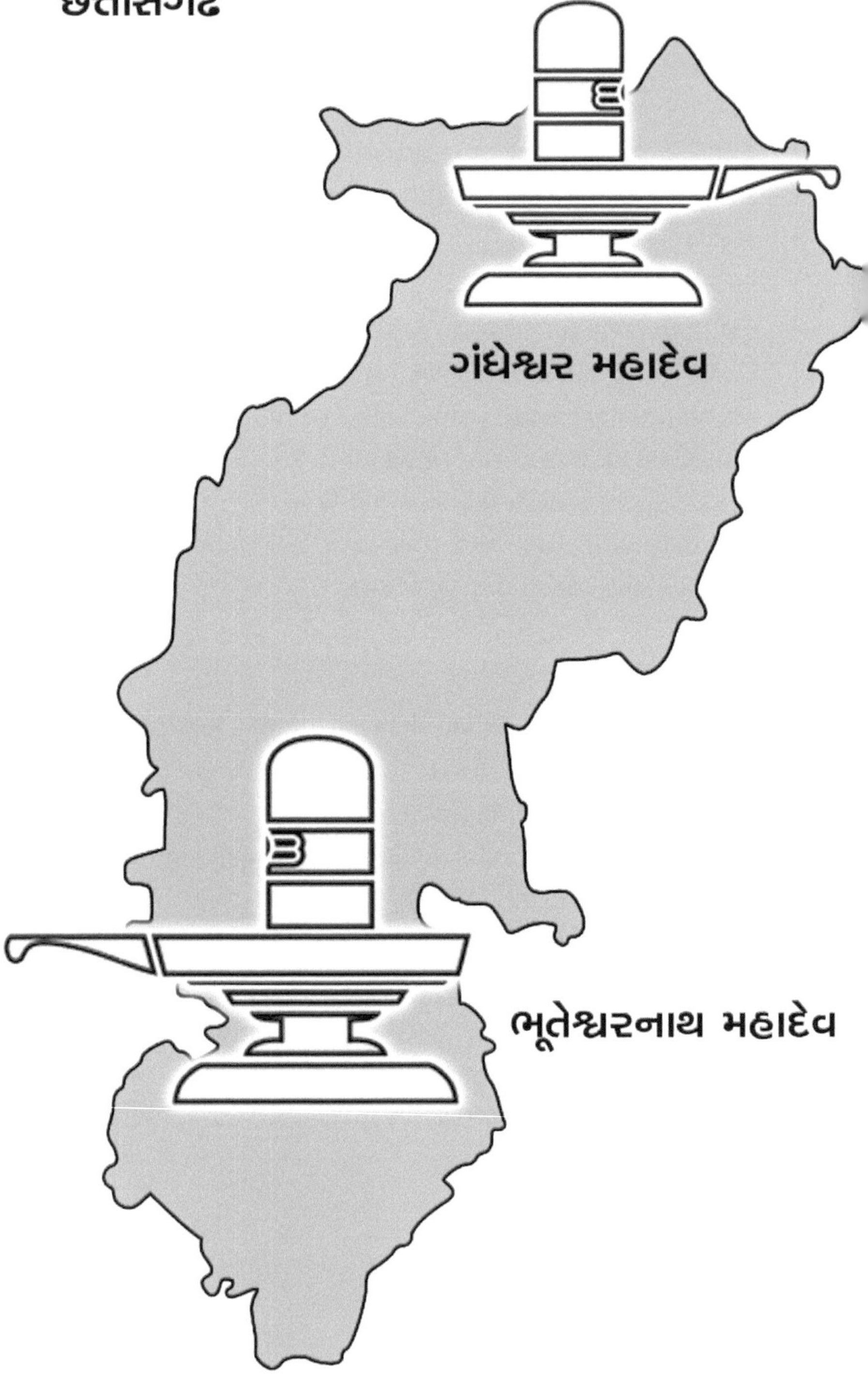

૨૧

છત્તીસગઢનાં બે અલૌકિક શિવલિંગની દિવ્યતા!

રંગ, રસ, સુગંધથી ભરપૂર વૃક્ષ, પાન, પુષ્પ, વનસ્પતિઓનો ઉપયોગ માનવ, પશુ-પક્ષીઓ અને પ્રાણીઓ પોતાના જીવનનિર્વાહ માટે કરતાં આવ્યાં છે. કુદરતના ખોળામાં ઘણીબધી રહસ્યમય અને અલૌકિક વસ્તુઓ રહેલી છે, જેનાં મૂળ તત્ત્વને પામવું અશક્ય છે. પ્રકૃતિમાં પણ ફેરફાર થતા આવ્યા છે અને થતા રહેશે. સમયની સાથે દરેક વસ્તુ બદલાઈ જાય છે. સુગંધી અત્તર કપડાં ઉપર આપણે આજે લગાવીએ તો એ કેટલા દિવસ ટકી શકે? બે કે ચાર દિવસ, એનાથી વધારે નહીં.

ભારતીય ઇતિહાસના તળિયા સુધી જવાનો પ્રયત્ન કરીએ ત્યારે એવું કહેવું ખોટું નથી કે ત્યાં સુધી જવું અઘરું જ નહીં, પણ અસંભવ છે. છત્તીસગઢ રાજ્યના સિરપુરમાં ખોદકામ દરમિયાન પુરાતત્ત્વીય નિષ્ણાતોને એક શિવલિંગ મળી આવ્યું. નિષ્ણાતોના મત પ્રમાણે, આ શિવલિંગ ૨૦૦૦ વર્ષ જૂનું અને રાજ્યમાંથી મળેલું અત્યાર સુધીનું સૌથી પ્રાચીન તથા વિશાળ શિવલિંગ છે! આશ્ચર્ય પમાડે એવી ખાસ વાત એ કે એમાંથી તુલસીના છોડની વિશિષ્ટ સુવાસ આવે છે જેથી આ શિવલિંગનું નામ 'ગન્ધેશ્વર શિવલિંગ' પાડવામાં આવ્યું. સ્થાનિક લોકોએ આને પ્રેમથી 'ચિકના મહાદેવ' નામ આપ્યું. કાશી વિશ્વનાથ અને ઉજ્જૈનનું મહાકાલેશ્વર શિવલિંગ જે પ્રકારના પાષાણમાંથી બનેલાં છે, એ જ પાષાણમાંથી આ બનેલું છે ને એના જેવું જ સુંવાળું પણ છે. બીજી અલૌકિક વાત એ કે લિંગની ઉપર વિષ્ણુ સૂત્ર (જનોઈ) તેમ જ અસંખ્ય શિવપંક્તિઓ

છે! સાથે સાથે, અહીં ખોદકામ દરમિયાન પ્રથમ સદીમાં સરભપુરિયા રાજાઓ દ્વારા બનાવવામાં આવેલ દેવાલયનાં પ્રમાણ મળી આવ્યાં.

૧૫ નંબરના સ્થળ પર ખોદકામ દરમિયાન મંદિરના અવશેષો મળી આવ્યા. આ બધાની વચ્ચે સંપૂર્ણ રીતે સફેદ પથ્થરોનું બનેલું અને ૪ ફૂટ ઊંચું તથા ૨.૫ ફૂટનો વર્તુળાકાર ધરાવતું આ શિવલિંગ પ્રાપ્ત થયું હતું. નિષ્ણાતોના અનુમાન મુજબ, બારમી સદીમાં અહીં ભૂકંપ આવ્યો હતો. ત્યાર બાદ ચિત્રોત્પલ મહાનદીમાં પૂર આવ્યું. આ બે ઘટનાઓનું પરિણામ એ આવ્યું કે મંદિરની જગ્યા તૂટીને નીચે પડી ગઈ. ભૂકંપ અને પૂરથી ગન્ધેશ્વર મંદિરને પણ અતિશય નુકસાન ભોગવવું પડ્યું. પણ અહીંયાં પ્રાણપ્રતિષ્ઠિત શિવલિંગ જેવું હતું એવું જ સુરક્ષિત બચી ગયું ને જમીનની નીચે દટાઈ ગયું. ઘણાં વર્ષોથી ખોદકામ ચાલી રહ્યું હતું, જેમાં અનેક નાના શિવલિંગ મળી આવ્યાં, પણ ગન્ધેશ્વર જેટલું વિશાળ અને અદ્ભુત શિવલિંગ તો પહેલીવાર જ મળ્યું. ટેકરાઓને કેટલાય મીટર ઊંડા ખોદીને શહેરનું માળખું કાઢવામાં આવ્યું હતું. ખોદકામ દરમિયાન મળેલા સિક્કા, પ્રતિમાઓ, તામ્રપત્ર, વાસણો, શિલાલેખોના આધાર પર એ કાળની ગણતરી શક્ય બની. જમીનમાં જે ઊંડાણમાંથી શિવલિંગ મળ્યું, એના આધાર પર એને ૨૦૦૦ વર્ષ જૂનું માનવામાં આવ્યું.

પૌરાણિક કથાઓમાં ગન્ધેશ્વર મહાદેવના મંદિરનો ઉલ્લેખ છે. સિરપુર એક સમયમાં દાનવરાજ બાણાસુરના રાજ્યની રાજધાની હતી. આ જ સ્થાન ઉપર બાણાસુરે પોતાની ઘોર તપસ્યા આરંભી હતી અને ભગવાન શિવને પ્રસન્ન કર્યા હતા.

પ્રાચીનકાળમાં સિરપુરને શ્રીપુરના નામથી ઓળખવામાં આવતું. આ પાવન સ્થળ ઉપર બ્રહ્મા, વિષ્ણુ અને મહેશ એકસાથે ત્રિ-નાથના નામથી પ્રગટ થયા હતા! આ જગ્યાએ જ ભગવાન રામનાં માતા કૌશલ્યાનો જન્મ થયો. એ કારણથી તેને 'દક્ષિણ કૌશલ' પણ કહેવાતું હતું.

મહાભારતકાળમાં અર્જુનને એકલા બાર વર્ષનો વનવાસ ભોગવવો પડ્યો હતો. એ દરમિયાન પાંડવપુત્રએ પોતાના વનવાસના થોડા દિવસો અહીંયાં વિતાવ્યાં હતાં. એવી કિંવદંતી છે કે મહાનદીના સુશોભિત તટ પર રાજકુમારી ઉપુલી અને સુપુલી સ્નાન કરી રહી હતી ત્યારે એમને જોઈને અર્જુન મોહિત થઈ ગયો. બંને સાથે પ્રેમવિવાહ કર્યા. ઉપુલીને બભ્રૂવાહનના સ્વરૂપમાં બાળકની પ્રાપ્તિ થઈ, જે પરાક્રમ અને સાહસમાં અર્જુનથી પણ આગળ હતો.

છત્તીસગઢમાં આવેલું બીજું એક રહસ્યમય શિવલિંગ ગરિયાબંદ જિલ્લાના મરૌદા ગામનાં ગાઢ જંગલોની વચ્ચે સ્થિત છે, જે 'ભૂતેશ્વર નાથ'ના નામથી

પ્રસિદ્ધ છે. આ વિશ્વનું સૌથી મોટું પ્રાકૃતિક શિવલિંગ કહેવાય છે. આશ્ચર્યની વાત એ કે શિવલિંગ પોતાની જાતે વિસ્તરી રહ્યું છે! જમીનથી લગભગ ૧૮ ફૂટ ઊંચું અને ગોળાઈમાં ૨૦ ફૂટ. મહેસૂલ વિભાગ દ્વારા પ્રતિ વર્ષ તેની ઊંચાઈ માપવામાં આવી રહી છે, જે સતત ૬ થી ૮ ઇંચ વધી રહી છે!

શિવલિંગ માટે એવું કહેવામાં આવે છે કે આજથી સેંકડો વર્ષ પહેલાં, જમીનદારી પ્રથાના સમયે પારા ગામ રહેવાસી, શોભાસિંહ જમીનદારની અહીંયા ખેતીવાડી હતી. જ્યારે શોભાસિંહ સાંજના સમયે ખેતરમાં ફરવા જતો હતો ત્યારે એને ખેતરની પાસે એક વિશેષ આકૃતિ દેખાઈ! અચાનક આખલાના હુંકાર અને સિંહની ગર્જનાનો અવાજ આવ્યો! અનેકવાર આ અવાજો સાંભળ્યા પછી શોભાસિંહે ગામના લોકોને આ વાત કહી. ગામના રહેવાસીઓને પણ સાંજે એ સમયે અનેકવાર અવાજ સાંભળ્યો. ગ્રામજનોએ અવાજ કરનાર આખલા અને સિંહને શોધ્યા, પણ દૂર દૂર સુધી કોઈ જાનવર ન મળ્યું! ત્યાર બાદ આ ટેકરી પરત્વે લોકોની શ્રદ્ધા અને આસ્થા વધવા લાગી. તેઓ ટેકરીને શિવલિંગ સ્વરૂપે પૂજવા માંડ્યા.

પારા ગામના લોકોના કહેવા પ્રમાણે શરૂઆતમાં આ ટેકરી નાના સ્વરૂપમાં હતી ત્યાર બાદ ધીરે ધીરે એની ઊંચાઈ તથા ગોળાઈ વધતી ગઈ. અત્યારે પણ એ વધી રહી છે! શિવલિંગમાં કુદરતી રીતે પાણી પુરવઠો જોવા મળે છે! એ એની અંદરના પેટાળમાંથી ધીરે ધીરે જમીનની સપાટી ઉપર આવી રહ્યું છે!

આ સ્થાન ભૂતેશ્વરનાથની સાથે, ભકુરા મહાદેવના નામથી પણ ઓળખાય છે. એવી પણ માન્યતા છે કે શિવલિંગની પૂજા બિંદનવાગઢના ચક્ર રાજાના પૂર્વજો દ્વારા કરવામાં આવતી હતી.

આ શિવલિંગ સાથે એવી દંતકથા જોડાયેલી છે કે ભગવાન શંકર અને પાર્વતી પૃથ્વી પર ઋષિ-મુનિઓના આશ્રમોમાં ભ્રમણ કરવા આવ્યાં હતાં ત્યારે તેઓ અહીંયાં શિવલિંગના સ્વરૂપમાં સ્થાપિત થઈ ગયાં.

ગાઢ જંગલોની વચ્ચે સ્થિત હોવા છતાં અહીંયાં શિયાળામાં કાવડિયાઓનું ટોળું મોટી સંખ્યામાં દોડી આવે છે. એના સિવાય, શિવરાત્રીના દૈવીયોગ પર વિશાળ મેળાનું આયોજન થાય છે. એમાં પણ ઘણા બધા ભક્તો ભાગ લે છે. ઉપરોત બંને શિવલિંગમાં લોકોની આસ્થા અનહદ છે. હોય પણ કેમ નહીં? પ્રકૃતિના આવા ચમત્કારને નમસ્કાર તો હોય જ!

❖

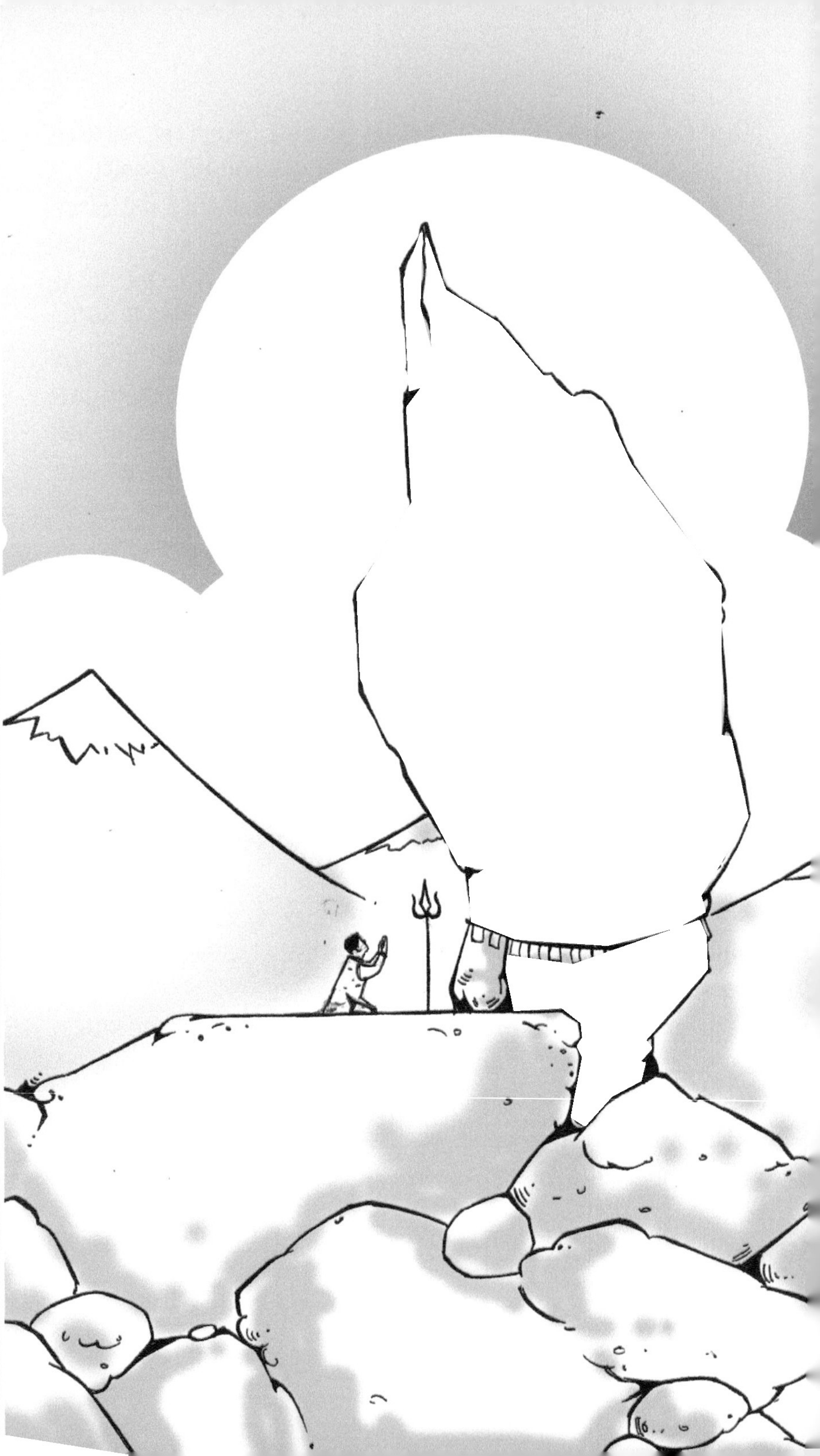

૨૨

'શિવોડમ્'ની અનુભૂતિ કરાવતું કિન્નર કૈલાસ!

સૃષ્ટિસંહારક ભગવાન શિવને ત્રણ મુખ્ય દેવોમાંના એક માનવામાં આવે છે. અન્ય દેવોની જેમ શિવજીનું મૂર્તિસ્વરૂપે પૂજન નથી થતું, તેમનું પૂજન લિંગ સ્વરૂપે કરવામાં આવે છે. દેવાધિદેવના તીર્થધામોની યાત્રાઓમાંની એક મહત્ત્વપૂર્ણ અને કઠિન યાત્રા એટલે કિન્નર કૈલાસ.

તિબેટમાં સ્થિત માનસરોવર કૈલાસ પછી કિન્નર કૈલાસને જ બીજો વિશાળ પર્વત માનવામાં આવે છે. શ્રાવણ માસ શરૂ થતાં જ, હિમાલયની જોખમથી ભરપૂર કહેવાતી કિન્નર કૈલાસયાત્રા શરૂ થઈ જાય છે. આ યાત્રા વિશે કહેવામાં આવે છે કે સામાન્ય માણસ પોતાના જીવનકાળ દરમિયાન એક જ વાર આ યાત્રા કરવાની હિંમત એકઠી કરી શકે છે! આ જગ્યાને ભગવાન શિવનું શીતકાલીન પ્રવાસસ્થળ માનવામાં આવે છે. કિન્નર કૈલાસ સદીઓથી હિંદુ તથા બૌદ્ધ ધર્મના અનુયાયીઓ માટે આસ્થાનું કેન્દ્ર છે. દેશભરના લાખો શ્રદ્ધાળુઓ કિન્નર કૈલાસના દર્શન હેતુ આ યાત્રા કરીને અહીંયાં આવે છે! કિન્નર કૈલાસ પર કુદરતી રીતે ઊગતા બ્રહ્મકમળના હજારો છોડ જોવા મળે છે!

ભગવાન શિવનું આ તપોસ્થળ, કિન્નોરના બૌદ્ધ લોકો અને હિંદુ ભક્તોની આસ્થાનું કેન્દ્ર કિન્નર કૈલાસ સમુદ્રના સ્તરથી ૨૪ હજાર ફૂટની ઊંચાઈ પર સ્થિત છે. કિન્નર કૈલાસમાં સ્થિત શિવલિંગની ઊંચાઈ ૪૦ ફૂટ અને પહોળાઈ ૧૬ ફૂટ છે! આ એક પ્રાકૃતિક શિવલિંગ છે. દર વર્ષે સેંકડો શિવભક્ત જુલાઈ તથા ઑગસ્ટમાં જંગલના ભયાનક દુર્ગમ માર્ગ પર થઈને કિન્નર કૈલાસ પહોંચે

છે. તેની યાત્રા શરૂ કરવા માટે ભક્તોને જિલ્લા મુખ્યાલયથી લગભગ ૭ કિલોમીટર દૂર રાષ્ટ્રીય ધોરીમાર્ગ-૫ નજીક સ્થિત પોવારીથી સતલુજ નદી પાર કરીને તંગલિંગ ગામમાંથી પસાર થઈને જવું પડે છે. ગણેશ પાર્કથી અંદાજિત પાંચસો મીટરના અંતરે પાર્વતી કુંડ છે. આ કુંડ વિશે માન્યતા છે કે આમાં શ્રદ્ધાથી સિક્કો નાંખવામાં આવે તો મનની સર્વ મનોકામના પૂર્ણ થાય છે. આ કુંડમાં પવિત્ર સ્નાન કર્યા પછી, આશરે ૨૪ કલાકનો મુશ્કેલ રસ્તો પાર કર્યા બાદ ભક્તોને કિન્નર કૈલાસ પર આવેલા શિવલિંગનાં દર્શન પ્રાપ્ત થાય છે ત્યાર બાદ વળતી વેળા ભક્તો પોતાની સાથે બ્રહ્મકમળ અને ઔષધિય પુષ્પો પ્રસાદના સ્વરૂપમાં લઈને આવે છે. ઈ.સ. ૧૯૯૩ પહેલાં આ જગ્યા પર સામાન્ય માણસની આવન-જાવન પર પ્રતિબંધ હતો. શિવલિંગની ચારેય બાજુથી પરિક્રમા કરવાની ઝંખના લઈને મોટી સંખ્યામાં શ્રદ્ધાળુઓ અહીં આવે છે.

પૌરાણિક મહત્ત્વ

કિન્નર કૈલાસ વિશે ઘણી માન્યતાઓ પ્રખ્યાત છે. કેટલાક વિદ્વાનોના વિચાર પ્રમાણે, મહાભારતકાળમાં આ કૈલાસનું નામ ઇન્દ્રાકિલ પર્વત હતું, જ્યાં ભગવાન શંકર અને અર્જુન વચ્ચે યુદ્ધ થયું હતું અને અર્જુનને પાશુપતાસ્ત્ર પ્રાપ્ત થયું હતું. એવી પણ માન્યતા છે કે પાંડવોએ પોતાના વનવાસકાળનો અંતિમ સમય અહીંયાં વિતાવ્યો હતો. કિન્નર કૈલાસને વાણાસુરનું કૈલાસ પણ કહેવામાં આવે છે. વાણાસુરશોણિત પુરનગરીનો રાજા હતો. વિદ્વાનો રામપુર બુશૈહર હકૂમતની, ગરમીઓની રાજધાની સરાહનને શોણિતપુર નગરી તરીકે ઓળખાવે છે. તો કેટલાકના મત પ્રમાણે, કિન્નર કૈલાસના ખોળામાં ભગવાન કૃષ્ણના પૌત્ર અનિરુદ્ધના લગ્ન ઉષા સાથે થયાં હતાં!

શિવલિંગની એક અલૌકિક વાત એ પણ છે કે દિવસમાં ઘણી વખત તેનો રંગ બદલાય છે! સૂર્યોદય પહેલાં સફેદ, સૂર્યોદય સમયે પીળો, દિવસના મધ્યમાં તે લાલ રંગનો થઈ જાય છે અને પછી ક્રમશઃ પીળો, સફેદ થતાં સાંજે કાળાશ પડતો જોવા મળે છે! આવું કેમ થાય છે? આ રહસ્યને હજુ સુધી કોઈ સમજી શક્યું નથી. કિન્નોરના સ્થાનિક લોકો શિવલિંગની રંગ બદલવાની ક્રિયાને કોઈ દૈવીય શક્તિનો ચમત્કાર માને છે! અન્ય કેટલાક મતાનુસાર, આ એક સ્ફટિકીય સંરચના છે. જ્યારે સૂર્યનાં કિરણો આ ટેકરીના વિવિધ ખૂણામાં પ્રસરે છે ત્યારે તેનો રંગ બદલાતો નજરે પડે છે.

કિન્નર કૈલાસને 'રૉક કાસલ'ના નામથી પણ ઓળખવામાં આવે છે, જેની

પરિક્રમા કરવી એ હિંમત માંગી લે એવું અને જોખમભર્યું કાર્ય છે. કેટલાય શિવભક્ત જોખમ ઉઠાવી, પોતાને દોરડાથી બાંધી આ પરિક્રમા પૂર્ણ કરે છે! સંપૂર્ણ પર્વતની પ્રદક્ષિણા કરવામાં સાતથી દસ દિવસનો સમય લાગે છે. લોકોની એવી શ્રદ્ધા છે કે કિન્નર કૈલાસની યાત્રા કરવાથી તમામ મનોકામનાઓ પરિપૂર્ણ થાય છે. અહીંથી બે કિલોમીટર દૂર રેંગરિકટુગમામાં એક બૌદ્ધ મંદિર છે, જ્યાં લોકો મૃતાત્માની શાંતિ માટે દીવો પ્રગટાવે છે. આ દેવાલય બૌદ્ધ તથા હિંદુ ધર્મનો મેળાપ પણ છે, કારણ કે ભગવાન બુદ્ધની ઘણી નાની-મોટી મૂર્તિઓની વચ્ચે અહીં માતા દુર્ગાની ભવ્ય મૂર્તિ બિરાજમાન છે!

કિન્નર કૈલાસ યાત્રાની શરૂઆત કરતાં પહેલા પ્રવાસીઓએ ભારત-તિબેટ સરહદીય પોલીસચોકી પર યાત્રા માટે નોંધણી કરાવવી પડે છે, જે ૮૭૨૭ ફૂટની ઊંચાઈ ઉપર તથા કિન્નોર જિલ્લાના મુખ્ય કાર્યાલય રેકાંગ પ્યોથી ૪૧ કિલોમીટરના અંતર પર છે ત્યાર બાદ લાંબાર જવા માટે નીકળવું પડે છે, જે ત્યાંથી ૧૦ કિલોમીટર દૂર તથા ૯૬૭૮ ફૂટની ઊંચાઈ પર છે. અહીં જવા માટે ખચ્ચરોની મદદ લઈ શકાય છે.

તેના બીજા દિવસે ૧૧,૩૧૯ ફૂટના ઊંચાણ પર આવેલા ચારંગ માટે ચઢાઈ કરવી પડે છે, જેમાં કુલ ૮ કલાકનો સમય લાગે છે. લાંબાર પછી વધારે ઊંચાઈના કારણે વૃક્ષોની સંખ્યા ઓછી થતી જાય છે. ચારંગ ગામની શરૂઆતમાં જ સિંચાઈ અને આરોગ્ય વિભાગનું અતિથિગૃહ મળે છે, જેની આજુબાજુ ઊભા કરવામાં આવેલા તંબુઓમાં યાત્રીઓ આરામ કરે છે ત્યાંથી ૧૪,૧૦૮ ફૂટ આગળ લગભગ છ કલાકની સફર ખેડીને લલાંતી શિખરની ચઢાઈ શરૂ થાય છે.

ત્રીજા દિવસે ચારંગથી બે કિલોમીટરની ઊંચાઈ પર રંગ્રિક તુંગમાનું મંદિર સ્થિત છે, જેનાં દર્શન કર્યા વિના પરિક્રમા અધૂરી રહે છે ત્યાર બાદ ફરી ૧૪ કલાક લાંબી ચઢાણયાત્રા!

ચોથા દિવસે એક બાજુ લલાંતી દરેથી ચારંગ દરે માટે લાંબી ચઢાઈ કરવી પડે, ત્યાં જ બીજી બાજુ ચિતકુલ દેવીનાં દર્શન હેતુ લાંબા અંતર સુધી ઊતરવું પડે છે. આમ, યાત્રા કરતાં કરતાં ભક્તો કિન્નર કૈલાસ પહોંચે છે અને ભગવાન શિવનાં દર્શન કરીને પોતાની યાત્રા સંપન્ન કરે છે.

❖

૨૩

સ્વયંભૂ પ્રજ્વલિત જ્યોતનાં એક દિવસીય દર્શન!

ઈશ્વરની બનાવેલી અનેરી દુનિયામાં સુંદરતાનો ખજાનો છે. એ પરમ તત્ત્વએ વિવિધ જીવોની રચના કરી. તેની ઉત્તમોત્તમ રચના એટલે માનવ, જે બુદ્ધિજીવી છે એ ભગવાનને પણ પ્રશ્ન કરે છે કે, 'તું ક્યાં છે?' પરમેશ્વર એને સસ્મિત જવાબ આપે છે કે, 'હું પ્રાણીમાં છું, પથ્થરમાં પણ છું, હું કણ-કણમાં છું, સર્વત્ર હું જ છું.'

કહેવાય છે સાચી શ્રદ્ધા અને ભક્તિથી ભગવાનની નજીક જઈ શકાય છે. આપણી આસ્થા અને શ્રદ્ધા જ્યાં છે ત્યાં ભગવાન છે. જો પથ્થરમાં ઈશ્વર દેખાય તો એમાં છે. બ્રહ્માંડને સુચારુરૂપે ચલાવનાર એ દૈવીય શક્તિનો પરમ સ્વીકાર ભગવાન અને ભક્ત વચ્ચેની એક કડી છે, જે બંનેને એકમેકમાં એકાકાર કરવાનું કાર્ય કરે છે.

ભક્તોની ભગવાન પ્રત્યેની ભક્તિ જ છે, જેના કારણે ભારતના ખૂણે ખૂણે દેવી-દેવતાઓના મંદિર સ્થિત છે. આ દેવસ્થાનોમાં એવા અલૌકિક ચમત્કારો થયા છે, જેને સમજવા માણસ માટે અશક્ય છે. આવું જ એક માતાનું સ્થાન, જેમાં નથી માતાની મૂર્તિ કે નથી મંદિર, છતાં તે હજારો લોકોની આસ્થાનું કેન્દ્ર છે!

છતીસગઢના ગરિયાબંદ જિલ્લા મથકથી ૧૨ કિલોમીટર દૂર એક ટેકરી પર 'નિરઈ માતાનું મંદિર' આવેલું છે. જિલ્લા મથકથી ૧૨ કિલોમીટરના અંતરે સોઢૂલ, પૈરી નદીના તટ પર વસેલા મોહેરા ગ્રામ પંચાયતના આશ્રિત ગામની નિરઈ ટેકરી પર માતા વિરાજમાન છે. અંચલના દેવી ભક્તોની આસ્થાના મુખ્ય કેન્દ્ર

સમા નિરઈ માતા મંદિરમાં સિંદૂર, શૃંગાર, કુમકુમ, ગુલાલ, ચંદન ચઢાવવામાં આવતું નથી. અહીં નારિયેળ અને અગરબતીથી માતાને પ્રસન્ન કરવામાં આવે છે. દેશનાં અન્ય મંદિરોમાં જ્યાં દિવસ દરમિયાન માતાજીનાં દર્શન ભક્તો સરળતાથી કરી શકે છે. અહીંયાં સવારે ૪ વાગ્યાથી સવારના ૯ વાગ્યા સુધી એટલે ફક્ત ૫ કલાક જ માતાનાં દર્શન કરી શકાય છે.

દેવીના આ પાવન સ્થળની ખાસિયત એ છે કે અહીં દર વર્ષે ચૈત્રી નવરાત્રી દરમિયાન ટેકરીમાં જ્યોતિ આપોઆપ પ્રજ્વલિત થઈ જાય છે, જે આજ સુધી એક અકબંધ રહસ્ય છે! આ દૈવી ચમત્કારના કારણે લોકો દેવી પ્રત્યે અપાર શ્રદ્ધા અને આસ્થા રાખે છે. ગામના લોકો માને છે કે આ નિરઈ દેવીનો અલૌકિક ચમત્કાર છે, કે દેવસ્થાનમાં તેલ વિના પણ સતત નવ દિવસ સુધી દીવા પ્રજ્વલિત રહે છે! પોતાની મનની ઇચ્છા પૂર્ણ કરવા માટે ટેકરી પર ભક્તો દ્વારા મનોકામના જ્યોત પ્રગટાવવામાં આવે છે.

મોહેરના સ્થાનિકો કહે છે કે, નિરઈ માતાને બધા માત્ર વિશ્વાસથી જ પૂજે છે. આ આસ્થા પાછળ ૨૦૦ વર્ષ જૂની માન્યતા જોડાયેલી છે. આજથી બે સદી પહેલાં મોહેરા ગામમાં રહેતા માલગુજાર જયરામગિરિ ગોસ્વામીએ નિરઈ માતાની પૂજા કરવા હેતુ બહુરસિંગ ધ્રુવના પૂર્વજોને છ વીઘાં જમીન દાનમાં આપી હતી. ત્યાર પછી જમીનમાં ખેતી કરીને પ્રાપ્ત થતી આવકમાંથી માતાના પૂજા-પાઠ તથા જાત્રા પરિપૂર્ણ કરવા લાગતો ખર્ચ કરવામાં આવે છે.

રાયપુર, ધમતરી, દુર્ગ, ભિલાઈ, મગરલોડ, રાજિમ, છુરા, મૈનપુર, દેવભોગ, ગરિયાબંદ સાથે અન્ય સ્થળોથી મોટી સંખ્યામાં શ્રદ્ધાળુઓ માનતા માનવા અહીં આવી પહોંચે છે. કુદરતી સૌંદર્યની વચ્ચે ચારે બાજુ ફેલાયેલી પર્વતમાળાઓ તથા પર્વતશિખરો પર સ્થિત નિરઈ માતા પોતાના ભક્તોને ભય અને દુઃખોથી દૂર રાખે છે.

નિરઈ માતાની ઊંચી ટેકરીમાં જાત્રા શરૂ થવાના એક અઠવાડિયા અગાઉ જ્યોતિ-પ્રકાશપુંજ ચમકી ઊઠે છે! ચૈત્રી નવરાત્રિના પહેલા અઠવાડિયામાં રવિવારે જાત્રા ઊજવવામાં આવે છે. નિરઈ માતાનાં દર્શન પવિત્ર મનથી કરવાં અનિવાર્ય છે, કારણ કે જો કોઈ વ્યક્તિ મનમાં કપટ અને ખરાબ વિચારો રાખીને અથવા દારૂ પીને આવી જાય તો એને મધમાખીઓના ક્રોધનો સામનો કરવો પડે છે.

પોતાની મનોકામના પૂર્ણ થતા હજારોની સંખ્યામાં ભક્તોનાં ટોળાં માતાની પૂજા અને અર્ચના કરવા ફરી દેવીસ્થાન પર આવે છે. પ્રાકૃતિક સૌંદર્યથી પરિપૂર્ણ સોંઢૂલ અને પૈરી નદીમાં સંગમના મુખ પાસે પહાડ ઉપર સ્થિત નિરઈ માતાની માનતા પૂર્ણ થતાં શ્રદ્ધાનુસાર કંઈક આપવાની પરંપરા છે. માન્યતા તો એવી

પણ છે કે બલિ ચઢાવવાથી દેવી મા પ્રસન્ન થઈને મનોકામના પરિપૂર્ણ કરે છે, જેને લીધે કેટલાક લોકો ભેટસ્વરૂપે જાનવરોની બલિ ચઢાવે છે. જાનવરોમાં પણ ખાસ કરીને બકરાની બલિ આપવાની પ્રથા આજેય ચાલુ છે.

આશ્ચર્ય થાય એવી ખાસ વાત એ છે કે મંદિરમાં સ્ત્રીઓને પૂજા-પાઠ કરવાની અનુમતિ નથી. ફક્ત એટલું જ નહીં, સ્ત્રીઓનો પ્રવેશ પણ અહીં નિષેધ છે. માત્ર પુરુષને જ માતાના મંદિરમાં પૂજા-પાઠની ધાર્મિક વિધિઓ કરવાની અનુમતિ છે. મહિલાઓ માટે આ મંદિરનો પ્રસાદ ખાવાની પણ મનાઈ છે! જો પ્રસાદ ખવાઈ જાય તો કંઈક ને કંઈક દુર્ઘટના બની હોવાનાં અસંખ્ય ઉદાહરણો નોંધાયાં છે.

ગામના પુરોહિત દ્વારા પૂજા કર્યા બાદ મંદિરના કપાટ ફરી એક વર્ષ માટે બંધ થઈ જાય છે. ગ્રામ પંચાયત મોહેરાના પદાધિકારી સહિત ગામના તમામ લોકો નિરઈ માતાની જાત્રા માટે વ્યવસ્થામાં કાર્યરત રહે છે. શ્રદ્ધાળુઓની ભીડ જોઈને ધમતરી અને ગરિયાબંદ પોલીસના જવાનો પણ સુરક્ષા હેતુ તૈનાત હોય છે.

❖

માધવાનલ

કામકંદલા

૨૪

મંદિરના નિર્માણ પાછળ જવાબદાર ઐતિહાસિક પ્રેમગાથા!

છત્તીસગઢ રાજ્યમાં રાજનંદગાવ જિલ્લાના ડોંગરગઢના ઊંચા પહાડો પર મા બમ્લેશ્વરીનું ભવ્ય મંદિર સ્થિત છે, જેની સાથે જોડાયેલી છે એક પ્રેમગાથા. ત્યાંના સૌથી ઉચ્ચ શિખર પર બિરાજમાન, ડોંગરગઢની માતા બમ્લેશ્વરીનો ઇતિહાસ સદીઓ જૂનો છે. લગભગ બે હજાર વર્ષો પહેલાં માધવાનલ અને કામકંદલાની પ્રેમકથાથી સુગંધિત આ કામાખ્યા નગરીમાં આખું વર્ષ ભક્તોનો મેળો જામેલો રહે છે. નવરાત્રિ દરમિયાન કંઈક અલગ જ દૃશ્ય સર્જાતું હોય છે.

છત્તીસગઢમાં ધાર્મિક પર્યટનનું પ્રમુખ કેન્દ્ર પ્રાચીન કામાખ્યા નગરી છે. પર્વતોથી ઘેરાયેલા હોવાના કારણે આ સ્થળને પહેલાં ડોંગરી કહેવાતું અને હવે ડોંગરગઢના નામથી ઓળખવામાં આવે છે. મા બમ્લેશ્વરી દેવીનું મંદિર હવે ફક્ત છત્તીસગઢ જ નહીં, પણ સમગ્ર દેશના શ્રદ્ધાળુઓ માટે આસ્થાનું કેન્દ્ર બનીને રહ્યું છે. હજારથી વધારે દાદરા ચઢીને દરરોજ માતાજીનાં દર્શન હેતુ દેશના ખૂણેખૂણેથી શ્રદ્ધાળુઓ અહીં આવે છે. જે ભક્તો દાદરા ચઢીને ઉપર નથી જઈ શકતા એમના માટે માતાજીનું એક મંદિર પહાડીની નીચે પણ છે, જેને નાની બમ્લેશ્વરી માતાના સ્વરૂપમાં પૂજવામાં આવે છે. હવે માતાના મંદિરમાં જવા માટે રોપ-વેની પણ વ્યવસ્થા કરવામાં આવી છે.

ડોંગરગઢના ઇતિહાસમાં કામકંદલા અને માધવાનલની પ્રેમકથા બહુ જ લોકપ્રિય છે. આશરે અઢી હજાર વર્ષ પહેલા કામાખ્યા નગરીમાં રાજા વીરસેનનું

શાસન હતું. તેઓ નિઃસંતાન હતા. સંતાનપ્રાપ્તિની ઝંખનાથી એમણે દુર્ગા માતા અને શિવજીની ઉપાસના કરી. ફળસ્વરૂપ એમને એક વર્ષની અંદર પુત્રરત્નની પ્રાપ્તિ થઈ. વીરસેને પુત્રનું નામ મદનસેન રાખ્યું. મા ભગવતી અને ભગવાન શિવ પ્રત્યે આભાર વ્યક્ત કરવાના હેતુથી રાજાએ મા બમ્લેશ્વરીના મંદિરનું નિર્માણ કરાવ્યું.

કામકંદલા અને માધવાનલની પ્રેમગાથા

મદનસેન પછી એના પુત્ર કામસેને સિંહાસન સંભાળી લીધું. કામસેન ઉજ્જૈનના રાજા વિક્રમાદિત્યના સમકાલીન હતા. કલા, નૃત્ય અને સંગીત માટે જાણીતી કામાખ્યા નગરીમાં નૃત્યકલામાં પરિપૂર્ણ અને અદ્ભુત સુંદરી કામકંદલા વસવાટ ધરાવતી હતી, જેની સુંદરતા અને નૃત્ય-કુશળતાની ચર્ચા દૂર દૂર સુધી થતી.

એક વાર રાજદરબારમાં કામકંદલાનું નૃત્ય ચાલી રહ્યું હતું એ વેળા માધવાનલ નામનો એક સંગીતકાર રાજદરબાર પાસેથી પસાર થયો અને સંગીત સાંભળીને એમાં ખોવાઈ ગયો. માધવાનલએ દરબારમાં દાખલ થવાનો પ્રયત્ન કર્યો, પણ દ્વારપાળોએ એને અંદર જવાની પરવાનગી આપી નહીં. તેથી માધવાનલ બહાર બેસીને તબલાં અને ઘૂંઘરુનો આનંદ લેવા માંડ્યો. થોડો સમય ધ્યાનથી સાંભળીને માધવાનલને લાગ્યું કે તબલાં વગાડનારનો ડાબો અંગૂઠો ખોટો છે અને નૃત્યાંગનાના પગમાં બાંધેલા ઝાંઝરની એક ઘૂંઘરામાં કાંકરો નથી. આથી તાલમાં અશુદ્ધિ આવી રહી છે. એ બોલી પડ્યો, 'હું વ્યર્થમાં અહીં આવી ગયો. રાજદરબારમાં તો એવો એક પણ સંગીતકાર નથી, જેને તાલની સાચી ઓળખ હોય અને અશુદ્ધિઓને પારખી શકવાની ક્ષમતા હોય!'

દ્વારપાળે એક અજાણ્યા માણસ પાસેથી પોતાના રાજા અને રાજદરબાર વિશે ઘસાતું સાંભળીને તાત્કાલિક ભીતર ગયો અને રાજાને બધી વાતો જણાવી. રાજાનો આદેશ મેળવીને દ્વારપાળ માધવાનલને આદર સાથે રાજદરબારમાં લઈ ગયો. જ્યારે માધવાનલના નિવેદનની પુષ્ટિ થઈ ગઈ ત્યાર પછી તેમને સંગીત સંભળાવવાનો મોકો આપવામાં આવ્યો. એમના સંગીત પર કામકંદલા નૃત્ય કરવા માંડી. એવું લાગી રહ્યું હતું, જાણે રાગ-રાગિણીઓનું અદ્ભુત મિલન થઈ રહ્યું હોય! એવામાં અચાનક એક તોફાની ભમરો કામકંદલાની છાતી પર આવીને બેસી ગયો. થોડા સમય માટે કામકંદલાનું ધ્યાન ભટક્યું જરૂર, પણ નૃત્યકુનેહથી એણે એ ભમરાને ઉડાવી દીધો. આ ક્રિયાને કોઈ ન જોઈ શક્યું, પણ માધવાનલ જોઈ રહ્યો હતો. આ ઘટનાએ જાણે માધવાનલને કામકંદલાનો પ્રેમી બનાવી

દીધો. બંનેને પરસ્પર પ્રેમ થઈ ગયો, જે રાજકુમાર મદનાદિત્યને ગમ્યું નહીં.

થોડા દિવસો બાદ, એક વાર માધવાનલના સંગીત પર કામકંદલા નૃત્ય કરી રહી હતી. ખૂબ સારી પ્રસ્તુતિ પછી રાજાએ પ્રસન્ન થઈને માધવાનલને ઇનામ આપ્યું, પણ રાજા દ્વારા આપવામાં આવેલું ઇનામ એમણે રાજનૃત્યાંગનાને આપી દીધું, જેનાથી રાજા ક્રોધિત થઈ ગયા. રાજાએ એમને તાત્કાલિક રાજ્યની સરહદથી બહાર જવાનો આદેશ આપ્યો, પરંતુ માધવાનલ રાજ્યની બહાર ન ગયો અને ડોંગરગઢના પર્વતોની ગુફામાં જઈને સંતાઈ ગયો. કામકંદલા પોતાની સખી માધવી સાથે છુપાઈને માધવાનલને મળવા જતી હતી. બીજી બાજુ, રાજા કામસેનનો પુત્ર મદનાદિત્ય પિતાના સ્વભાવથી વિરુદ્ધ નાસ્તિક તથા અય્યાશ પ્રકૃતિનો હતો. એ કામકંદલાને પ્રેમ કરવા લાગ્યો હતો અને એને પામવા ઇચ્છતો હતો.

મદનાદિત્યના ડરથી કામકંદલા એની સાથે પ્રેમનું નાટક કરવા લાગી. માધવાનલ એક રાતે કામકંદલાને મળવા એના ઘરે આવ્યો હતો, એ જ સમયે મદનાદિત્ય એના સૈનિકો સાથે કામકંદલાને મળવા પહોંચી ગયો! એને આવતો જોઈને માધવાનલ પાછળના રસ્તેથી ગુફા તરફ જવા નીકળી ગયો. મદનાદિત્યએ કામકંદલાને ઘરની અંદરથી સંભળાયેલા અવાજ વિશે પૃચ્છા કરી, તો એણે કહ્યું કે, 'પોતે દીવાલો સાથે વાતો કરતી હતી.' આ જવાબથી એ સંતુષ્ટ ન થયો અને પોતાના સૈનિકોને ઘર પર નજર રાખવાનું કહીને મહેલ તરફ જવા નીકળી ગયો. એક રાતે પહાડીઓમાંથી વીણાના સંગીતનો અવાજ સાંભળીને કામકંદલાને પહાડી તરફ જતાં જોઈને મદનાદિત્ય એ માર્ગમાં એની વાટ જોવા બેસી ગયો, પરંતુ કામકંદલા બીજા માર્ગેથી પોતાના ઘરે પાછી આવી ગઈ. મદનાદિત્યને શંકા થઈ એટલે કામકંદલાને એના ઘરમાં નજરકેદ કરી. આ ઘટનાક્રમ બાદ, કામકંદલા અને માધવાનલ વચ્ચે માધવી દ્વારા પત્રની આપ-લે શરૂ કરી, પણ મદનાદિત્યએ માધવીને પત્ર લઈને જતાં પકડી લીધી. ડર અને ધનની લાલચમાં આવીને માધવીએ આખું સત્ય ઉજાગર કર્યું.

મદનાદિત્યએ કામકંદલાને રાજદ્રોહના આરોપ હેઠળ કેદી બનાવી અને માધવાનલને પકડવા માટે સૈનિકો મોકલ્યા. રાજસૈન્યને આવતું જોઈને માધવાનલ ગુફામાંથી નાસી ઉજ્જૈન પહોંચી ગયો. એ સમયે ઉજ્જૈનમાં રાજા વિક્રમાદિત્યનું શાસન હતું, જે ખૂબ જ તેજસ્વી અને દયાળુ હતા. માધવાનલની કરુણ કથા સાંભળીને એમણે માધવાનલની મદદ કરવાનું વિચારી, પોતાના સૈન્ય સાથે કામાખ્યા નગરી પર આક્રમણ કર્યું. ઘણા દિવસોના ઘમસાણ યુદ્ધ પછી વિક્રમાદિત્યનો વિજય થયો તથા મદનાદિત્ય માધવાનલના હાથે મૃત્યુ પામ્યો. ભયાનક યુદ્ધ પછી તેજસ્વી કામાખ્યા નગરી સંપૂર્ણપણે નાશ પામી! ચારેબાજુ ફક્ત ડુંગરો

જ બાકી રહ્યા હતા, તેથી ડુંગરાજ્ય નગરની પૃષ્ઠભૂમિ તૈયાર થઈ. યુદ્ધ પછી વિક્રમાદિત્ય દ્વારા કામકંદલા તથા માધવાનલની પ્રેમ-પરીક્ષા લેવાના પ્રયોજનથી 'માધવાનલ યુદ્ધમાં વીરગતિ પામ્યો છે' એવી અફવા ફેલાવવામાં આવી. આ સાંભળીને કામકંદલાએ તળાવમાં કૂદકો મારીને પોતાના પ્રાણ ત્યજી દીધા.

એ તળાવ આજે પણ કામકંદલાના નામથી પ્રસિદ્ધ છે. બીજી બાજુ કામકંદલાના મૃત્યુની વાત સાંભળીને માધવાનલે પણ પોતાનો જીવ ત્યાગી દીધો. રાજા વિક્રમાદિત્યને પોતાના કૃત્ય પર પસ્તાવો થયો. બે પ્રેમીઓને જુદાં પાડવાનું પાપ એમના ચિત્તમાં અકલ્પનીય પીડા પેદા કરી રહ્યું હતું. પરિણામસ્વરૂપ, અપરાધભાવમાંથી મુક્ત થવા માટે વિક્રમાદિત્યએ મા બમ્લેશ્વરી દેવીની આરાધના કરી. ફક્ત એટલું જ નહીં, ખરા હૃદયથી પશ્ચાત્તાપ કરવા અંતે તેઓ પોતાના પ્રાણનો ત્યાગ કરવા માટે પણ તત્પર થઈ ગયા! એ સમયે દેવીએ પ્રગટ થઈને પોતાના ભક્તને આત્મહત્યા કરતાં રોક્યો, પરંતુ વિક્રમાદિત્ય એમ કંઈ રોકાઈ થોડા જવાના? એમણે મા પાસે માધવાનલ અને કામકંદલાને પુનર્જીવિત કરવાની સાથોસાથ 'મા બમ્લેશ્વરી જાગૃત સ્વરૂપમાં અહીં પહાડીઓમાં પ્રાણપ્રતિષ્ઠિત થાઓ' એવું વરદાન પણ માંગી લીધું. ત્યારથી મા બગલામુખી (જેઓ હવે અપભ્રંશ થઈને બમ્લેશ્વરી દેવી તરીકે ઓળખાય છે એ) સાક્ષાત્ મહાકાળીના સ્વરૂપમાં ડોંગરગઢમાં પ્રતિષ્ઠત છે.

મા બમ્લેશ્વરી મંદિર અંગે મહત્ત્વપૂર્ણ જાણકારી

૧. ઐતિહાસિક અને ધાર્મિક નગરી ડોંગરગઢમાં બમ્લેશ્વરી માતાનાં બે મંદિરો વિશ્વપ્રસિદ્ધ છે. એક દેવીસ્થાન ૧૬૦૦ ફૂટ ઊંચી ટેકરી પર સ્થિત છે, જે મોટી બમ્લેશ્વરીના નામથી પ્રખ્યાત છે. સમતલ પર સ્થિત મંદિર નાની બમ્લેશ્વરીના નામથી પ્રસિદ્ધ છે.

૨. ઉપર અને નીચે બિરાજિત માતાનાં બંને સ્વરૂપો એકબીજાનાં બહેન હોવાની માન્યતા છે.

૩. ઈ.સ. ૧૯૬૪માં ખૈરાગઢ હકૂમતના તત્કાલીન રાજા વીરેન્દ્ર બહાદુરસિંહે મંદિરના સંચાલન માટે સંસ્થાની સ્થાપના કરી હતી.

૪. મા બમ્લેશ્વરી દેવી શક્તિપીઠનો ઇતિહાસ લગભગ ૨૨૦૦ વર્ષ જૂનો છે. ડોંગરગઢથી મળેલ ભગ્નાવશેષોથી પ્રાચીન કામાવતી નગરી હોવાનાં પ્રમાણ મળી આવ્યાં છે. પહેલા ડોંગરગઢ જ ભવ્ય કામાખ્યા નગરી તરીકે ઓળખાતું હતું.

૫. આ સિવાય, મા બમ્લેશ્વરી દેવીસ્થાનના ઇતિહાસ અંગે કોઈ સ્પષ્ટ હકીકતો હજુ પ્રાપ્ત થઈ નથી, પરંતુ જે પુસ્તકો અને દસ્તાવેજ સામે આવ્યા છે, એ મુજબ ડોંગરગઢનો ઇતિહાસ મધ્યપ્રદેશના ઉજ્જૈનથી જોડાયેલો છે.

૬. મા બમ્લેશ્વરીને ઉજ્જૈનના પ્રતાપી રાજા વિક્રમાદિત્યનાં કુળદેવી પણ કહેવામાં આવે છે.

૭. ઇતિહાસકારો અને વિદ્વાનો દ્વારા મૂર્તિઓના ઘરેણાં, વસ્ત્રો, આભૂષણો, મોટા હોઠો તથા મસ્તકના લાંબા વાળોની સૂક્ષ્મ તપાસ કરવાથી આ ક્ષેત્રના શિલ્પો પર ગોંડકળા પ્રતિબિંબિત થાય છે.

૮. એવો અંદાજ છે કે ૧૬મી સદી સુધી ડુંગરાખ્યા નગર ગોંડ રાજાઓના શાસનમાં રહ્યું. આ અંદાજ પણ અસંગત નથી કે ગોંડ રાજા પૂરતા સક્ષમ હતા, જેથી રાજ્યમાં શાંતિવ્યવસ્થા સ્થાપિત હતી.

૯. અહીં કુલ ૧૧૦૦ પગથિયાં ચઢ્યા બાદ માતાનાં દર્શન થાય છે.

❖

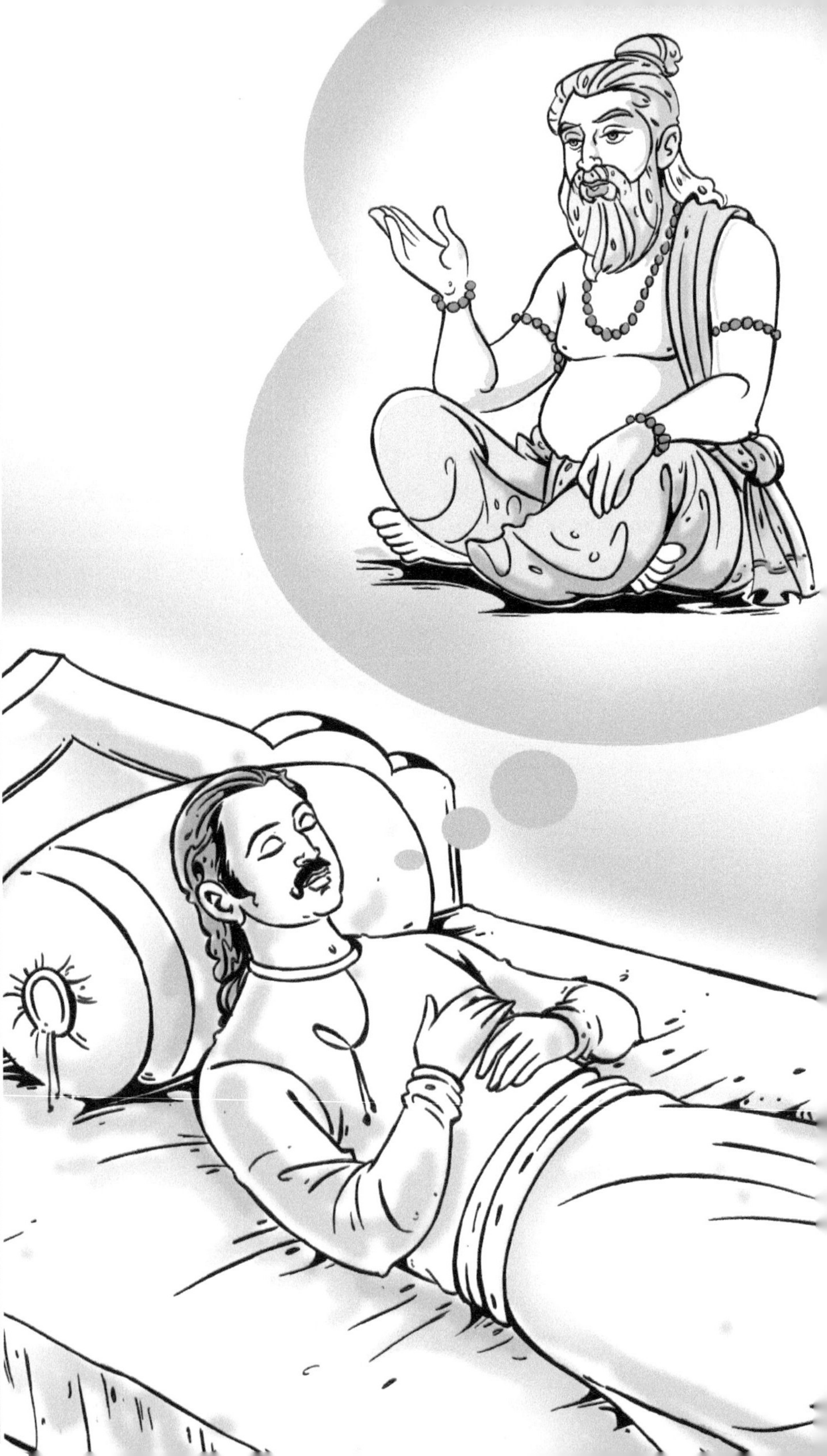

૨૫

લૂંટારા અકબરનું સ્થાન મંદિરના ગર્ભગૃહમાં!

અજબગજબ દુનિયાની અનેરી વાતો અને જુદાં જુદાં રીતિરિવાજો! એમ કહેવાય છે, વિશ્વના વિવિધ સ્થળો પર ઈશ્વરે અલગ અલગ સ્વરૂપે દર્શન આપ્યાં છે. લોકો ઈશ્વરના મનુષ્યરૂપની પૂજા અને અર્ચના કરે છે અને સ્વરૂપની સાથે જોડાયેલી કથાઓમાં પણ શ્રદ્ધા અને વિશ્વાસ રાખે છે. ઈશ્વરીય અવતારને પ્રસન્ન કરવા માટે વિધિવિધાન તથા રીતરિવાજોને અનુસરે છે, પણ સમય સાથે બધી વસ્તુઓમાં પરિવર્તન આવે છે. આજના સમયમાં શ્રદ્ધાના નામે ફેલાતી અંધશ્રદ્ધાને લીધે લોકો વિધિ-વિધાનને અનુસરતા નથી, કેટલાક લોકો તો ઈશ્વરના અસ્તિત્વ સુધ્ધાંને નકારે છે! આમ છતાં, હજુ પણ દેશમાં એવાં પ્રાચીન સ્થળો આવેલાં છે, જ્યાં લોકો જૂની માન્યતાઓને અતૂટ શ્રદ્ધા અને આસ્થા સાથે અનુસરવામાં આવે છે.

હિમાચલ પ્રદેશના કુલ્લુ જિલ્લાના અત્યંત દુર્ગમ વિસ્તારમાં મલાણા ગામ આવેલું છે. તમે તેને ભારતનું સૌથી રહસ્યમય ગામ કહી શકો! આ નગર પોતાની અંદર ઘણી બધી વિવિધતાઓ સંઘરીને બેઠું છે. અહીંના લોકો પોતાના જમલૂ દેવતા સિવાય બીજા કોઈ ભગવાનને માનતા નથી! ગામના રીતરિવાજો હિંદુઓ જેવા જ છે. અહીંના સ્થાનિકો પોતાને હિંદુ જ માને છે, પરંતુ સૌથી મોટા આશ્ચર્યની વાત એ છે કે વર્ષમાં એક વાર આ નગરના મંદિરમાં અકબરની પૂજા કરવામાં આવે છે! હા, એ જ લૂંટારો, ધૂર્ત, હિંદુદ્વેષી મુઘલ સમ્રાટ અકબર!

કહેવાય છે કે મુઘલ સમ્રાટ અકબર આ નગરને પોતાના તાબા હેઠળ ન

લાવી શક્યો! ગામને પોતાના શરણે લાવવા માટે અકબર અહીંના જમલૂ દેવતાની પરીક્ષા લેવા ઇચ્છતો હતો! અકબરને પાઠ ભણાવવા માટે જમલૂ દેવતાએ દિલ્હીમાં બરફ પાડ્યો! ત્યાર બાદ અકબરે જમલૂ દેવતા પાસે પોતાની ભૂલની માફી માંગવી પડી હતી. સ્થાનિકોના કહેવા મુજબ, એકવાર ભિક્ષા માંગતાં માંગતાં બે સાધુઓ દિલ્હી પહોંચ્યા, તો ઉદ્ધત અકબરે બંનેને પકડી એમના થેલામાંથી દક્ષિણા છીનવી લીધી. આ ઘટનાક્રમ બાદ, જમદગ્નિ ઋષિએ અકબરના સ્વપ્નમાં આવીને દક્ષિણા પરત આપવા કહ્યું! બીજા દિવસે, અકબરે સૈનિકો દ્વારા પોતાની જ સોનાની મૂર્તિ બનાવડાવીને દક્ષિણા રૂપે પાછી મોકલાવી. બસ ત્યારથી જ, એ મૂર્તિની અહીં પૂજા થાય છે. અકબર માટે ત્યાં બકરાને હલાલ કરવામાં આવે છે. વર્ષમાં એકવાર અકબરની પૂજા થાય ત્યારે આ પૂજાને બહારના લોકો જોઈ શકતા નથી! સાવ પાયા વગરની વાત લાગે છે નહીં? પણ કમનસીબે, ફેક્ટ છે!

અહીંના લોકો જ્યારે ફાગલી ઉત્સવ માનવે છે ત્યારે ૧૮ હાથી તેમના મંદિરમાંથી બહાર આવે છે. અકબરની સોનાની મૂર્તિ અને ચાંદીના હરણને પણ બહાર કાઢીને એમની પૂજા કરવામાં આવે છે. કાર્યકરોનું કહેવું છે કે અકબરને સમર્પિત માત્ર બે તહેવાર છે. તેમણે જણાવ્યું કે જમદગ્નિ ઋષિ અને અકબરના વચનના આધાર પર બધા હિંદુઓએ અહીં પરંપરાનું વિધિવત્ પાલન કરવું પડે છે. સ્ત્રીઓ ત્રણ દિવસ સુધી સાંજના સમયે જમદગ્નિ ઋષિનાં ધર્મપત્ની રેણુકાના દરબારમાં નૃત્ય કરે છે. બ્રસ્તુ રામ અને પૂજારી સુરજણુનું કહેવું છે કે ફાગલી ઉત્સવમાં જમદગ્નિ ઋષિનાં બાર ગામોના લોકો દેવતાની સેવા માટે પાંચ દિવસ સુધી અહીં હાજર રહે છે. મલાણા આવનાર લોકોને દેવતા તરફથી બે ટંકના ભોજનનો સામાન તથા રહેવા માટેની જગ્યા આપવામાં આવે છે.

બીજી આશ્ચર્યની વાત એ છે કે મલાણાના ગામવાસીઓ પોતાને સિકંદરના સૈનિકોના વંશજ કહે છે! એમની પાસે એની સાબિતી પણ છે, જેના માટે નગરના પ્રખ્યાત લોકો મલાણાના જમલૂ દેવતાના મંદિરની બહાર લાકડાની દીવાલો પર જોવા મળતી કોતરણીનો આધાર લે છે. આ કોતરણીમાં યુદ્ધ કરતા સૈનિકોને ખાસ પ્રકારનાં વસ્ત્રો અને શસ્ત્રો સાથે કોતરવામાં આવ્યા છે. નગરની વિશેષતા એ પણ છે કે ભારત દેશનો ભાગ હોવા છતાં અહીંના લોકોને ભારતીય કાયદા સાથે સ્નાનસૂતકનો પણ સંબંધ નથી! મલાણાના સ્થાનિકોનો પોતાનો અલગ જ કાયદો છે તેમ જ મુકદ્દમાનો નિર્ણય લેવાની અને એનું પાલન કરાવવાની પણ અલાયદી પરંપરા છે! અગર લોકોથી કોઈ નિર્ણય ન આવે, તો ચુકાદો જમલૂ દેવતા આપે છે!

મલાણાની બોલચાલની ભાષા હિમાચલમાં બોલાતી ભાષાથી બહુ જ અલગ

છે. એવું કહેવાય છે કે મલાણાના લોકો જે ભાષા બોલે છે એ ગ્રીક સાથે મહદંશે મળતી આવે છે. મલાણાવાસીનો દેખાવ પણ ગ્રીસ દેશના લોકો જેવો જ છે. આ વાતથી લોકો બહુ ઓછા અવગત છે, કે દુનિયામાં સૌથી સારું ચરસ હિમાચલના મલાણાની પાર્વતી ખીણમાં તૈયાર થાય છે! અહીં ચરસને કાળું સોનું કહેવાય છે. ચારે બાજુ ઊંચા પર્વતોથી ઘેરાયેલું અને મલાણા નદીના તટ પર વસેલુ મલાણા ગામ હિમાચલ પ્રદેશના કુલ્લુ જિલ્લામાં સમુદ્રતટથી ૮૬૪૦ ફૂટની ઊંચાઈ પર સ્થિત છે.

મલાણામાં વિશ્વની સૌથી જૂની લોકશાહી વ્યવસ્થા હજુ પણ ચાલુ છે! ભારત સરકારના કાયદા અહીં ચાલતા નથી. નગરનું પોતાનું અલગ સંસદભવન છે, જેના બે સદન છે. પહેલું જ્યેષ્ઠાંગ (ઉપરી સદન) અને બીજું કાનિષ્ઠાંગ (નીચલું સદન). ઉપરી સદનમાં કુલ ૧૧ સભ્યો છે, જેમાં ત્રણ સદસ્ય કાર્યકરો, ગુરુ તથા પૂજારી સાથી-સદસ્યનો સમાવેશ થાય છે. બાકીના આઠ સભ્યોને પ્રતિનિધિત્વ આપવામાં આવે છે. એવી જ રીતે નીચલા સદનમાં નગરના દરેક ઘરમાંથી એક સભ્યને પ્રતિનિધિત્વ આપવામાં આવે છે. આ સભ્ય ઘરની સૌથી વૃદ્ધ વ્યક્તિ હોય છે. જો જ્યેષ્ઠાંગ સદનમાંથી કોઈ સભ્યનું મૃત્યુ થઈ જાય, તો સમગ્ર જ્યેષ્ઠાંગ સદનનું પુનર્ગઠન કરવામાં આવે છે.

સંસદમાં ઘરના ઝઘડા, જમીન, માલ-મિલકતના વિવાદ, હત્યા, ચોરી અને બળાત્કાર જેવી બાબતોના મુકદ્દમા સાંભળી ગુનેગારને સજા કરવામાં આવે છે. સંસદભવનના સ્વરૂપમાં અહીં એક ઐતિહાસિક ચૌપાલ છે, જેની ઉપર જ્યેષ્ઠાંગ સદનના ૧૧ સભ્યો અને નીચે કાનિષ્ઠાંગ સદનના બધા સભ્યો બેસે છે. જો સંસદ કોઈ વિવાદનો ચુકાદો કરવામાં નિષ્ફળ જાય, તો એ ચુકાદો સ્થાનિક દેવતા જમલૂને સોંપવામાં આવે છે. આ બાબતમાં દેવતાનો નિર્ણય અંતિમ માનવામાં આવે છે.

જમલૂ દેવતાનો ચુકાદો સંભળાવવાની રીત પણ બહુ અલગ અને વિચિત્ર છે. અહીં બંને પક્ષો પાસે એક એક બકરી મંગાવવામાં આવે છે. ત્યાર બાદ બંને બકરીઓના પગ ખેંચીને એને નિર્ધારિત માત્રામાં ઝેર આપવામાં આવે છે. જે પક્ષની બકરી પહેલાં મૃત્યુ પામે, એને ગુનેગાર માનવામાં આવે છે અને એ પક્ષને સજા ભોગવવી પડે છે! દેવતાના આ નિર્ણયને કોઈ પડકારી શકતું નથી. જો કોઈ દેવતાના નિર્ણયને પડકારવાનો પ્રયત્ન કરે તો એને સમાજમાંથી બહાર કાઢી મૂકવામાં આવે છે. દેવતાના નિર્ણય સમયે બકરીને ચીરી એમાં ઝેર ભરવાનું કામ ચાર લોકો કરે છે, જેમને 'કઠિયાલા' કહેવાય છે.

❖

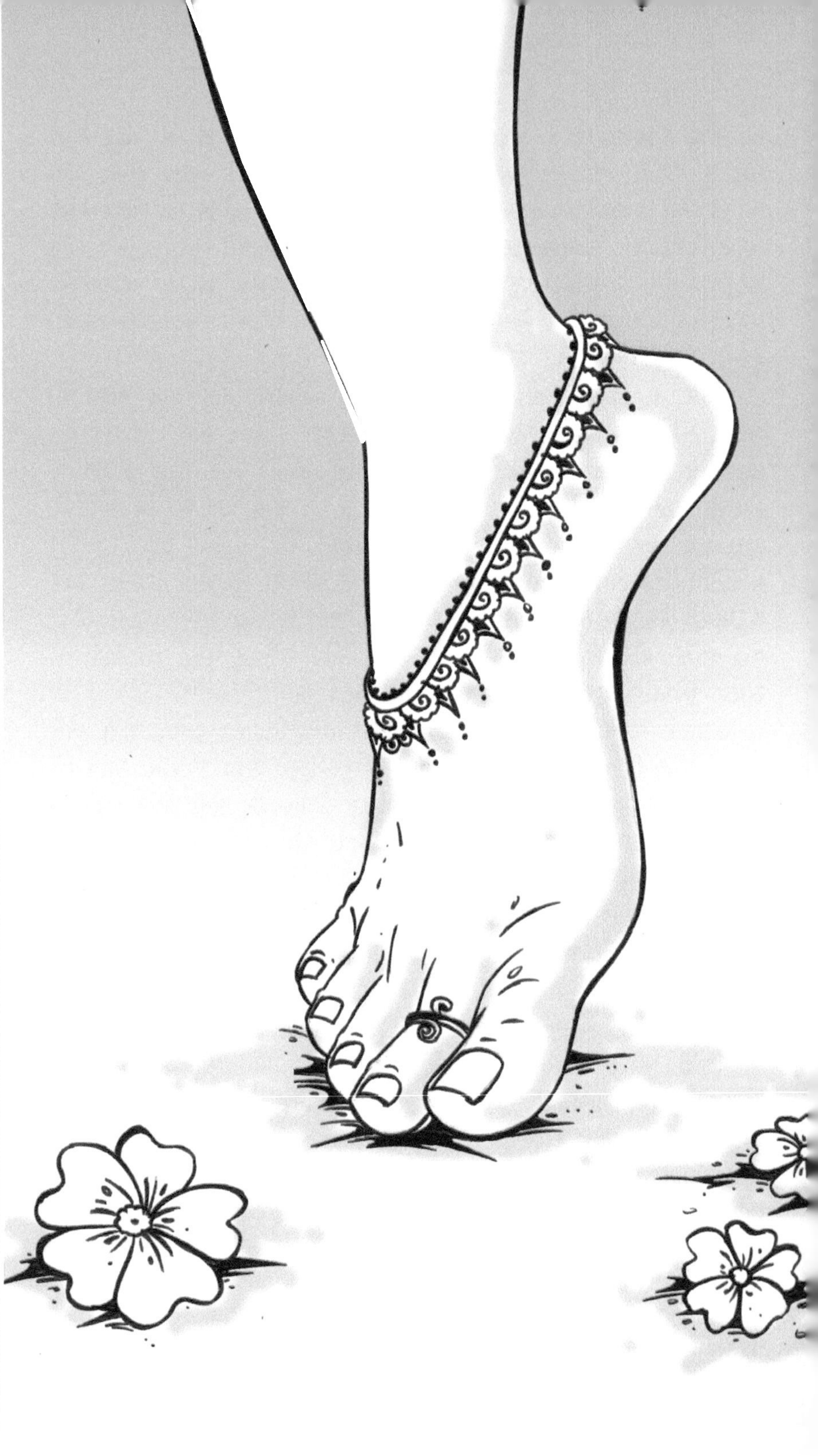

૨૬

અજીબ-સા કરિશ્મા, પાયલ મેં ઉનકી છિપા!

માતાના શક્તિપીઠો દેશદેશાવરમાં વિવિધ સ્થળો પર આવેલી છે, જ્યાં માતા એમના અલગ અલગ સ્વરૂપે બિરાજમાન છે. છત્તીસગઢના બસ્તર ક્ષેત્રની સુંદર વાદીઓમાં દંતેવાડાનું પ્રસિદ્ધ 'દંતેશ્વરી મંદિર' સ્થિત છે. દેવી મહાપુરાણ (શ્રી દેવીભાગવત)માં શક્તિપીઠોની કુલ સંખ્યા ૫૧ કહેવામાં આવી છે, જ્યારે તંત્રચુડામણીમાં કુલ ૫૨ શક્તિપીઠનો ઉલ્લેખ છે. કેટલાક ગ્રંથોમાં તો શક્તિપીઠની સંખ્યા ૧૦૮ સુધીની પણ દર્શાવવામાં આવી છે. જો કે દંતેવાડાનો સમાવેશ દેવી પુરાણની ૫૧ શક્તિપીઠોમાં સમાવેશ કરવામાં આવેલ નથી. આમ છતાં તેને દેવીનું બાવનમું શક્તિપીઠ માનવામાં આવે છે. માન્યતા છે કે આ જગ્યા પર સતીનો દાંત પડ્યો હતો, તેથી આ સ્થાનનું નામ દંતેવાડા અને માતાનું નામ દંતેશ્વરી દેવી પડ્યું! શંખિની અને ડંકિની નદીઓના સંગમ પર સ્થિત દંતેશ્વરી દેવીને બસ્તર ક્ષેત્રના કુળદેવીનો દરજ્જો પ્રાપ્ત છે, જેની એક ખાસિયત એ છે કે અહીં માતાના દર્શન કરવા માટે દર્શનાર્થીએ લૂંગી અથવા ધોતી પહેરીને જ ગર્ભગૃહમાં જવું પડે. મંદિરમાં સિલાઈવાળાં કપડાં પહેરીને જવા પર પ્રતિબંધ છે!

મંદિરના નિર્માણની કથા

બસ્તરના પહેલા કાકાતિયા રાજા 'અન્નમ્ દેવ' વારંગલથી અહીં આવ્યા હતા. એમને દંતેશ્વરી માતાનું વરદાન મળ્યું હતું. કહેવાય છે કે અન્નમ દેવને માતાએ એવું વરદાન આપ્યું હતું કે એ જ્યાં સુધી ચાલતા જશે ત્યાં સુધી એમનું

શાસન ફેલાશે! શરત એ કે રાજાએ પાછળની તરફ ફરીને નહીં જોવાનું! આ રીતે માતા એમની પાછળ પાછળ જ્યાં સુધી જતાં, એટલી જમીન પર એમનું શાસન સ્થાપિત થતું જતું હતું. અન્નમ દેવના ઊભા રહેવાની સાથે જ માતાજી પણ ઊભાં રહી જવાનાં હતાં.

અન્નમ દેવે ચાલવાની શરૂઆત કરી અને એ કેટલાય દિવસ અને રાત સતત ચાલતા રહ્યા. એ ચાલતાં ચાલતાં શંખિની અને ડંકિની નદીઓના સંગમ પર પહોંચ્યા. અહીં એમણે નદી પાર કરી. નદી પાર કર્યા બાદ આગળ જતાં માતાની પાયલ (ઝાંઝર)નો અવાજ એમણે ન અનુભવ્યો. રાજા ત્યાં જ ઊભા રહી ગયા અને માતાજી પણ ઊભા રહી ગયાં છે એવા ભ્રમમાં એમણે પાછળ ફરીને જોયું. માતા ત્યારે નદી પાર કરી રહ્યાં હતાં. હકીકતમાં નદીના પાણીમાં માતાના પગ ડૂબેલા હતા, જેથી પગમાં બાંધેલા ઝાંઝરનો અવાજ નહોતો આવતો, આથી રાજાના મનમાં ભ્રમ પેદા થયો હતો. રાજાના ઊભા રહેવાથી માતાજી પણ ઊભાં રહી ગયાં અને એમણે આગળ જવાની ના પાડી દીધી.

વચન પ્રમાણે, માતા માટે રાજાએ શંખિની અને ડંકિની નદીના સંગમ પર એક સુંદર મંદિર બનાવી આપ્યું ત્યારથી માતાજી અહીં બિરાજમાન છે. નદીઓના સંગમ પર મા દંતેશ્વરીનાં પદચિહ્નો જોવા મળે છે! શ્રદ્ધાળુઓનું એવું માનવું છે કે અહીં સાચા મનથી કરવામાં આવેલી મનોકામના જરૂરથી પરિપૂર્ણ થાય છે.

અદ્ભુત છે મંદિર...

દંતેવાડામાં માતા દંતેશ્વરીની છ કરકમળો ધરાવતી કાળા ગ્રેનાઇટની એક અનન્ય પ્રતિમા છે. છ હાથમાંથી જમણી બાજુના ત્રણ હાથમાં શંખ, ખડગ, ત્રિશૂળ અને ડાબી બાજુના ત્રણ હાથમાં ઘંટી, શ્લોક અને રાક્ષસના કેશ માતાજીએ ધારણ કરેલાં છે. આ પ્રતિમા સુંદર કોતરણીકામથી સુશોભિત છે અને ઉપરના ભાગમાં નરસિંહ અવતારનું સ્વરૂપ દર્શનીય છે! માતાજીના મસ્તકની ઉપર છત્ર છે, જે ચાંદીનું બનેલું છે. એમની મૂર્તિ કપડાં અને અલંકારોથી સજ્જ છે. દ્વાર પર બંને બાજુ એક-એક દ્વારપાળ ઊભા છે. ડાબા હાથમાં સાપ અને જમણા હાથમાં ગદા લઈને બે દ્વારપાળ વરદ્ મુદ્રામાં ઊભા છે. ૨૧ સ્તંભોથી બનેલા દ્વારની પૂર્વ દિશામાં બે સિંહ બિરાજમાન છે, જે કાળા પથ્થરોથી નિર્મિત છે. અહીં ભગવાન ગણેશ, વિષ્ણુ, શિવ વગેરે દેવોની પ્રતિમાઓ વિવિધ સ્થળો પર સ્થિત છે. મંદિરના મુખ્ય દ્વારની સામે પર્વતીય ગરુડસ્તંભ જોવા મળે છે.

૩૨ પથ્થરના સ્તંભો અને નળિયાંની છતથી બનેલો મહામંડપ મંદિરના મુખ્ય આકર્ષણો ગણી શકાય.

મા ભુવનેશ્વરી દેવી

વાસ્તુકલાનું ઉત્કૃષ્ટ ઉદાહરણ સમા મા દંતેશ્વરીના મંદિર પાસે જ એમની નાની બહેન મા ભુવનેશ્વરીનું મંદિર છે. મા ભુવનેશ્વરીને માવલી માતા તથા માણિકેશ્વરી દેવીના નામથી પણ ઓળખવામાં આવે છે. મા ભુવનેશ્વરી દેવી આંધ્રપ્રદેશમાં માતા પેદામ્માના નામથી પણ પ્રસિદ્ધ છે અને લાખો શ્રદ્ધાળુઓ એમના ભક્ત છે. નાની માતા ભુવનેશ્વરી દેવી અને માતા દંતેશ્વરીની આરતી એકસાથે કરવામાં આવે છે અને એક જ સમય પર પ્રસાદ પણ ચઢાવવામાં આવે છે. લગભગ ચાર ફૂટ ઊંચી અને આઠ ભૂજાઓ ધરાવતી ભુવનેશ્વરી માતાની પ્રતિમા અનન્ય છે. મંદિરના ગર્ભગૃહમાં નવ ગ્રહોની પ્રતિમા સ્થિત છે. ત્યાં જ ભગવાન વિષ્ણુનો નરસિંહ અવતાર, માતા લક્ષ્મી અને ભગવાન ગણેશની પ્રતિમાઓ આવેલી છે. કહેવાય છે કે માણિકેશ્વરી મંદિરનું નિર્માણ દસમી સદીમાં કરવામાં આવ્યું હતું!

ફાગણ મહિનામાં થાય છે મડઈ ઉત્સવનું આયોજન

હોળીથી દસ દિવસ પહેલા અહીં ફાગણ મડઈનું આયોજન થાય છે, જેમાં આદિવાસી સંસ્કૃતિનો વિશ્વાસ અને એમની પરંપરાનું પ્રતિબિંબ દેખાય છે. નવ દિવસ સુધી ચાલનારા ફાગણ મડઈમાં આદિવાસી સંસ્કૃતિની વિવિધ વિધિઓનું પાલન થાય છે. લગભગ ૨૫૦થી પણ વધારે દેવી દેવતાઓની સાથે માતા દરરોજ નગરભ્રમણ કરી નારાયણ મંદિર સુધીની યાત્રા ખેડે છે અને ત્યાંથી ફરી મૂળસ્થાને પરત ફરે છે. આ સમય દરમિયાન નૃત્યમંડળની વિધિ થાય છે, જેમા બંજારા સમુદાય દ્વારા ભજવવામાં આવતા 'લમાન' નૃત્યની સાથે ભત્રી નૃત્ય અને ફાગ ગીત પણ મુખ્ય આકર્ષણો છે. મડઈના છેલ્લા દિવસે સામૂહિક નૃત્યમાં લાખો યુવક-યુવતીઓ જોડાય છે અને આખી રાત નૃત્યનો આનંદ લે છે. ફાગણ મડઈમાં દંતેશ્વરી મંદિરમાં બસ્તર અંચલના લાખો લોકોની ભાગીદારી હોય છે.

❖

૨૭

પવનસુતની પૂજા પર પ્રતિબંધ!

હનુમાન હિંદુઓના પ્રમુખ આરાધ્ય દેવોમાંના એક છે, પરંતુ એક એવી જગ્યા છે, જ્યાં હનુમાનજીની પૂજા કરવામાં આવતી નથી, કારણ કે અહીંના રહેવાસીઓ હનુમાનજીના એક કાર્યથી આજ સુધી નારાજ છે. આ સ્થળ એટલે, ઉત્તરાખંડ સ્થિત દ્રોણગિરિ ગામ.

દ્રોણગિરિ ગામ

ઉત્તરાખંડના સીમાંત જિલ્લા ખાતે ચામોલીના જોશીમઠ નીતિ માર્ગ પર દ્રોણગિરિ ગામ વસે છે, જે લગભગ ૧૪,૦૦૦ ફૂટની ઊંચાઈ પર સ્થિત છે. અહીંના લોકોનું માનવું છે કે હનુમાનજી જે પર્વતને સંજીવની જડીબુટ્ટી માટે ઉઠાવીને લઈ ગયા હતા, એનું મૂળ અહીં હતું! દ્રોણગિરિના લોકો એ પર્વતની પૂજા કરતા હતા, તેથી હનુમાનજી દ્વારા પર્વત ઉઠાવીને લઈ જવાની ઘટનાથી તેઓ ખૂબ નારાજ થઈ ગયા, જેને લીધે આજ દિન સુધી અહીં હનુમાનજીની પૂજા થતી નથી. ફક્ત એટલું જ નહીં, આ ગામમાં લાલ રંગનો ધ્વજ લગાવવા પર પણ પ્રતિબંધ છે!

દ્રોણગિરિ ગામના રહેવાસીઓના કહેણ પ્રમાણે, જ્યારે હનુમાનજી આ ગામમાં પહોંચ્યા ત્યારે ભ્રમમાં પડી ગયા હતા! એમને સમજમાં નહોતું આવી રહ્યું કે કયા પર્વત પર સંજીવની જડીબુટ્ટી હોઈ શકે. એ સમયે ગામમાં એમને એક વૃદ્ધ સ્ત્રી દેખાઈ. વૃદ્ધાને સંજીવની અંગે પૃચ્છા કરતાં એમણે દ્રોણગિરિ પર્વત

તરફ ઇશારો કર્યો. હનુમાનજી પર્વત પર ગયા, છતાં પણ જાણી ન શક્યા કે ઔષધિ ક્યાં છે! એ ફરી ગામમાં પાછા આવ્યા અને વૃદ્ધ સ્ત્રીને એ સ્થળ વિશે વધુ વિગતવાર પૂછવા માંડ્યા. જ્યારે વૃદ્ધાએ સંજીવની પર્વત દેખાડ્યો ત્યારે હનુમાનજી એ પર્વતનો મોટો ભાગ પોતાની સાથે લંકા લઈ ગયા. કહેવાય છે કે જે વૃદ્ધાએ હનુમાનજીની મદદ કરી હતી, એનો ગામવાસીઓએ સામાજિક બહિષ્કાર કરી દીધો હતો! આજે પણ પર્વતની વિશેષ પૂજા પર લોકો સ્ત્રીઓના હાથે આપેલું કંઈ જ ખાતા નથી અને સ્ત્રીઓ પણ આ પૂજામાં ભાગ લેતી નથી!

આ ઘટના સાથે જોડાયેલો પ્રસંગ

આમ તો રામના જીવન પર ઘણી રામાયણ લખાઈ છે, પરંતુ ઋષિ વાલ્મીકિ લિખિત રામાયણ અને તુલસીદાસ રચિત રામચરિત માનસ એમાં મુખ્ય ગણાય છે. જ્યાં વાલ્મીકિ રચિત રામાયણને સૌથી પ્રમાણિત ગ્રંથ માનવામાં આવે છે, ત્યાં જ તુલસીદાસ રચિત રામચરિત માનસ સૌથી વધારે વાંચવામાં આવે છે. રામાયણ અને રામચરિત માનસની ઘણી બધી ઘટનાઓ તથા પ્રસંગોમાં અંતર છે.

દ્રોણગિરિ અંગે ઋષિ વાલ્મીકિ રચિત રામાયણનો મત

હનુમાનજી દ્વારા પર્વત ઉઠાવીને લઈ જવાનો પ્રસંગ વાલ્મીકિ રામાયણના યુદ્ધકાંડમાં જોવા મળે છે. રાવણના પુત્ર મેઘનાદે બ્રહ્માસ્ત્ર ચલાવીને શ્રીરામ તથા લક્ષ્મણ સહિત વાનર સેનાને ઈજા પહોંચાડી હતી. અતિશય ઈજાગ્રસ્ત થવાના કારણે, જ્યારે શ્રી રામ અને લક્ષ્મણ બેભાન થઈ ગયા ત્યારે મેઘનાદ પ્રસન્ન થઈને ત્યાંથી જતો રહ્યો. બ્રહ્માસ્ત્રને કારણે દિવસના ચાર પ્રહર પસાર થતાં સુધીમાં તો ૬૭ કરોડ વાનરો ઈજાગ્રસ્ત થઈ ચૂક્યા હતા!

કેટલાક અન્ય નાયકો જેમ કે હનુમાન, વિભીષણ વગેરે બ્રહ્માસ્ત્રના પ્રભાવથી બચી ગયા હતા. જ્યારે હનુમાનજી ઘાયલ જાંબવંતની પાસે પહોચ્યા ત્યારે એમણે કહ્યું કે, 'આ સમયે ફક્ત આપ શ્રીરામ-લક્ષ્મણ અને વાનરસેનાની રક્ષા કરી શકો એમ છો. ઝડપથી હિમાલય પર્વત પર જાઓ અને ત્યાંથી ઔષધિઓ લઈને આવો. હિમાલય પહોંચીને આપને ઋષભ તથા કૈલાસ પર્વત દેખાશે. એ બંનેની વચ્ચે ઔષધિઓનો એક પર્વત છે, જે ખૂબ તેજસ્વી છે. ત્યાં ચાર ઔષધિઓ નજરે પડશે, જેનાથી દસેય દિશાઓ દેદીપ્યમાન રહે છે. એમના નામ મૃતસંજીવની, વિશલ્યકરણી, સુવર્ણકરણી અને સંધાની છે.' જાંબવંતની વાત સંભાળીને હનુમાનજી તરત જ ઔષધિઓ લાવવા આકાશમાર્ગે ઊડીને ગયા.

થોડા જ સમયમાં હિમાલય પર્વત પર પહોંચી તેમણે ત્યાં અનેક ઋષિઓના આશ્રમ જોયા.

હિમાલય પહોંચીને હનુમાનજીએ કૈલાસ તથા ઋષભ પર્વતનાં દર્શન કર્યાં. તેમની દૃષ્ટિ એક પર્વત પર પડી, જેના પર ઔષધિઓ ચમકી રહી હતી. હનુમાનજી એ પર્વત પર ચઢી ગયા અને ઔષધિઓની શોધ કરવા માંડ્યા. એ પર્વત પર નિવાસ કરનાર તમામ મહાઔષધિઓ એ તથ્યથી વાકેફ થઈ ગઈ કે એમને કોઈ લેવા આવ્યા છે. આથી, તમામ ઔષધિઓ તત્કાલ અદૃશ્ય થઈ ગઈ! આ જોઈને હનુમાનજી ખૂબ ક્રોધિત થયા અને એમણે આખો પર્વત જ ઉપાડી લીધો.

પર્વત સાથે પરત ફરેલા હનુમાનજીને જોઈને શ્રીરામની સેનામાં ફરી ઉત્સાહનો સંચાર થઈ ગયો. ત્યાર બાદ એ ઔષધિઓની સુગંધથી શ્રીરામ-લક્ષ્મણ તથા ઘાયલ વાનર સેના પુનઃસ્વસ્થ થઈ ગઈ. એમના શરીરમાંથી બાણ નીકળી ગયા અને ઘા પણ ભરાઈ ગયા ત્યાર બાદ પર્વતને એના મૂળ સ્થાન પર પાછો ગોઠવી દેવામાં આવ્યો!

દ્રોણગિરિ અંગે તુલસીદાસ રચિત રામચરિત માનસનો મત

ગોસ્વામી તુલસીદાસ રચિત શ્રીરામચરિત માનસ પ્રમાણે રાવણપુત્ર મેઘનાદ અને લક્ષ્મણની વચ્ચે જ્યારે ભયંકર યુદ્ધ થઈ રહ્યું હતું, એ સમયે મેઘનાદે વીરઘાતિની શક્તિ ચલાવીને લક્ષ્મણને બેભાન કરી દીધા. હનુમાનજી એ જ અવસ્થામાં લક્ષ્મણને શ્રીરામ પાસે લઈને આવ્યા. લક્ષ્મણને આ સ્થિતિમાં જોઈને શ્રીરામ ખૂબ દુઃખી થયા. ત્યાં ઉપસ્થિત વિભીષણે હનુમાનજીને કહ્યું કે, 'લંકામાં સુષેણ વૈદ્ય રહે છે, તમે એને અહીં લઈ આવો.' સુષેણ વૈદ્યે હનુમાનજીને પર્વત અને ઔષધિનું નામ આપ્યું, જેનાથી લક્ષ્મણ પુનઃ સ્વસ્થ થઈ શકે એમ હતા. જ્યારે રાવણને આ વાતની ખબર પડી ત્યારે તેણે હનુમાનજીને રોકવા માટે કાલનેમી રાક્ષસને મોકલ્યો.

કાલનેમી રાક્ષસે રૂપ બદલીને હનુમાનજીને રોકવાનો પ્રયત્ન કર્યો, પરંતુ હનુમાનજી એને ઓળખી ગયા અને એનો વધ કર્યો. એ પછી હનુમાનજી ઔષધિયુક્ત પર્વત પર પહોંચી ગયા, પરંતુ ઔષધિ ઓળખી ન શકવાના કારણે એમણે આખેઆખો પર્વત જ ઊંચકી લીધો અને આકાશના માર્ગેથી ઊડી ગયા. અયોધ્યાની ઉપરથી પસાર થતા સમયે દશરથપુત્ર ભરતને લાગ્યું કે કોઈ રાક્ષસ પહાડ ઉઠાવીને લઈ જઈ રહ્યો છે. આથી એમણે હનુમાનજી પર બાણ ચલાવ્યાં.

હનુમાનજી શ્રીરામનું નામ લઈને નીચે પડ્યા! હનુમાનજી પાસેથી સમગ્ર વાત જાણીને ભરત ખૂબ દુઃખી થયા. ત્યાર બાદ હનુમાનજી ફરી પર્વત લઈને શ્રીરામ પાસે જવા માટે નીકળી ગયા. એમને જોઈને વાનરોમાં આનંદ છવાઈ ગયો. સુષેણ વૈદ્યે ઔષધિ ઓળખીને તરત લક્ષ્મણની સારવાર કરી, જેથી એ ફરી સ્વસ્થ થઈ ગયા.

શ્રીલંકામાં સ્થિત છે સંજીવની પર્વત

શ્રીલંકાના સુદૂર વિસ્તારમાં શ્રીપદ્ નામનો એક પર્વત છે. માન્યતા છે કે આ એ જ પર્વત છે, જેને હનુમાનજી સંજીવની જડીબુટ્ટી માટે ઉઠાવીને લઈ આવ્યા હતા. આ પર્વતને 'એડમ્સ પીક' પણ કહેવાય છે, જે લગભગ ૨૨૦૦ મીટરની ઊંચાઈ પર સ્થિત છે. શ્રીલંકાના લોકો આને રહુમાશાલા કાંડા કહે છે, જેના પર પવનપુત્રનું મંદિર પણ બનેલું છે.

❖

ઉત્તરાખંડના સીમાંત જિલ્લા ખાતે ચામોલીના જોશીમઠ નીતિ માર્ગ પર દ્રોણગિરિ ગામ વસે છે, જે લગભગ ૧૪,૦૦૦ ફૂટની ઊંચાઈ પર સ્થિત છે. સ્થાનિકોનું માનવું છે કે હનુમાનજી જે પર્વતને સંજીવની જડીબુટ્ટી માટે ઉઠાવીને લઈ ગયા હતા, એનું મૂળ અહીં હતું!

૨૮

મસ્તકવિહોણી ખંડિત મૂર્તિઓની પૂજા!

દૈવી મૂર્તિનો કોઈ નાનકડો ભાગ પણ જો તૂટી ગયો હોય અથવા એમાં તિરાડ આવી હોય તો એને ખંડિત માનીને તેની પૂજા અટકાવી દેવામાં આવે છે. જળમાં પધરાવ્યા સિવાય બાદમાં તેનો કોઈ વિકલ્પ શેષ નથી રહેતો. હિંદુ ધર્મમાં એવી માન્યતા છે કે ખંડિત મૂર્તિની પૂજા-આરાધના કરવાથી વ્યક્તિ દોષમાં પડે છે, તેનું સદ્‌ભાગ્ય છીનવાતું જાય છે! પરંતુ ઉત્તરપ્રદેશમાં એક એવું ધર્મસ્થાન છે, જ્યાંના મોટા ભાગનાં દેવી-દેવતાઓની મૂરત પર મસ્તક નથી! અર્થાત્ ફક્ત ધડ ધરાવનારી માટીની મૂર્તિઓ! વિરોધાભાસની પરાકાષ્ઠા જુઓ, છેલ્લાં ૯૦૦ વર્ષથી અહીં ખંડિત મૂર્તિઓનું સંરક્ષણ કરવામાં આવે છે. એટલું જ નહીં, ભક્તિભાવપૂર્વક એમની પૂજા-આરતી પણ થાય છે!

ઉત્તરપ્રદેશની રાજધાનીથી લગભગ ૧૭૦ કિલોમીટરના અંતરે આવેલ પ્રતાપગઢના ગોંડે ગામમાં સ્થિત ૯૦૦ વર્ષ જૂના અષ્ટભૂજા ધામની તમામ મૂર્તિઓના શિરચ્છેદ કરી નાખવાનો આદેશ ઔરંગઝેબે પોતાની સેનાને આપ્યો હતો. આજની તારીખે પણ ખંડિત મૂર્તિઓને સદીઓ પુરાણી મૂળ અવસ્થામાં સાચવી રખાઈ છે. 'આર્કિયોલૉજિકલ સરવે ઑફ ઇન્ડિયા' (ASI)ના રેકોર્ડ્સ મુજબ મુઘલ શાસક ઔરંગઝેબે વર્ષ ૧૬૯૯માં હિંદુ મંદિરોને તોડી પાડવાનો આદેશ આપ્યો હતો. હિંદુત્વ પરત્વેના ખુન્નસને પરિણામે તેણે આમ કર્યું હોવાનું માનવામાં આવે છે. એ વખતે સમયસૂચકતા દાખવીને મંદિરોનો વિધ્વંશ થતો અટકાવવા અહીંયાંના પૂજારીએ મંદિરનું મુખ્ય દ્વાર મસ્જિદના આકારમાં ફેરવી

નાંખ્યું, જેથી ઔરંગઝેબના સૈનિકોના મગજમાં ભ્રમ પેદા થાય અને મંદિરનો વિધ્વંશ થતો અટકી જાય!

બન્યું એવું કે મસ્જિદ આકારનું મુખ્ય દ્વાર જોઈને મુઘલ સેનાને કોઈ પ્રકારની શંકા ન ઊપજી. મંદિરની સામેથી તેઓ નિઃશંકપણે પસાર થઈ રહ્યા હતા, એટલામાં એક ચકોર સેનાપતિની નજર મંદિરમાં લટકી રહેલા ઘંટ પર પડી! સ્વાભાવિક રીતે પહેલો પ્રશ્ન તો એ જ જાગ્યો કે મસ્જિદમાં આ ઘંટ કોણે ટાંગ્યો? રહસ્યના મૂળ સુધી પહોંચવા માટે સેનાપતિએ પોતાના સૈનિકોને મંદિરની અંદર ઘૂસણખોરી કરવાનો આદેશ આપ્યો. અંદર જઈને એમને ખબર પડી કે પૂજારીની કુશાગ્ર બુદ્ધિને પ્રતાપે તેઓ થાપ ખાઈ ગયા હતા. વાસ્તવમાં મંદિરના પ્રવેશદ્વારને જ મસ્જિદનું સ્વરૂપ અપાયું હતું. આક્રોશમાં આવીને સેનાપતિએ પોતાના સૈનિકો પાસે ત્યાંની મૂર્તિના મસ્તક ધડથી અલગ કરી નાખવાનો હુકમ કર્યો. એ સમયથી જ તમામ દેવી-દેવતાઓની મૂર્તિ ખંડિત અવસ્થામાં છે!

મંદિરની દીવાલો, નકશીકામ અને વિભિન્ન પ્રકારની આકૃતિઓનો અભ્યાસ કર્યા પછી ઇતિહાસકાર અને પુરાતત્ત્વવિદોનું માનવું છે કે ધર્મસ્થળનું નિર્માણ અગિયારમી સદીમાં થયેલું હોવું જોઈએ. ગેજેટિયરનું માનીએ તો, આ મંદિરનું નિર્માણ સોમવંશી ક્ષત્રિય કુળના રાજાએ કર્યું હતું. મંદિરના દ્વાર પર બનેલી આકૃતિઓ મધ્યપ્રદેશના પ્રસિદ્ધ ખજુરાહો મંદિર સાથે ખાસ્સી મળતી આવે છે. લોકો આજે પણ અત્યંત ભક્તિભાવપૂર્વક મંદિરમાં માથું નમાવવા માટે પહોંચી જાય છે. વિદેશી સહેલાણીઓ માટે આ સ્થળ નવાઈ ઉપજાવે એવી જગ્યા પુરવાર થઈ છે! જેમને ભારતની સંસ્કૃતિ અને અહીંના ધર્મ વિશેનો અંદાજ છે, તેઓ જાણે છે કે આ દેશમાં મૂર્તિપૂજાને કેટલા બધા અંશે મહત્ત્વ આપવામાં આવે છે. સવાલ એ છે કે આટલી ઘટનાઓ બની હોવા છતાં હજુ પણ શા માટે લોકો આ મંદિરને પૂજનીય માને છે?

મંદિરના ગર્ભગૃહમાં આઠ હાથ ધરાવતી 'અષ્ટભુજા' દેવીની મૂર્તિ છે. ગામવાસીઓનું કહેવું છે કે મંદિરમાં અષ્ટભુજા દેવીની અષ્ટધાતુવાળી અતિ પ્રાચીન મૂર્તિ હતી, જે બે દાયકા પહેલાં ચોરી થઈ ગઈ. રાતોરાત એ મૂર્તિ મંદિરમાંથી ગાયબ કરી દેવામાં આવી. કોઈને પણ મૂર્તિની ભાળ ન મળતાં આખરે ગામવાસીના સામૂહિક સહયોગ વડે અહીંયાં અષ્ટભુજા દેવીની પથ્થરની મૂર્તિ સ્થાપિત કરવામાં આવી. એ વખતથી મંદિરનું નામ પણ પડી ગયું: અષ્ટભુજા ધામ!

ધ્યાનાકર્ષક વાત તો એ છે કે, મંદિરના મુખ્ય દ્વાર પર વિશેષ ભાષામાં કશુંક લખવામાં આવ્યું છે. આ ભાષા કઈ છે, તેનાં મૂળિયાં ક્યાં છે, તેને કઈ રીતે

ઉકેલી શકાય વગેરે બાબતોનો ઉત્તર મેળવવા માટે કેટલાય કુશળ ભાષાવિદ્, પુરાતત્ત્વવિદ્ અને ઇતિહાસકાર કોશિશ કરી ચૂક્યા છે. આમ છતાં, આજસુધી એમને કોઈ નક્કર બાબત જાણવા નથી મળી. કેટલાક ઇતિહાસકારનું માનવું છે કે આ અપ્રચલિત ભાષાનાં મૂળ બ્રાહ્મી લિપિ સાથે જોડાયેલાં છે તો અન્યોનું તો એમ પણ કહેવું છે કે બ્રાહ્મી કરતાં પણ પુરાણી દૈવીય ભાષાનો ઉપયોગ આ લખાણમાં થયો છે, જેથી ભવિષ્યમાં એની પાછળનો ગૂઢાર્થ કોઈ સામાન્ય મનુષ્યને ખબર ન પડી શકે! એટલું તો નક્કી છે કે અષ્ટભુજા ધામની સદીઓ જૂની મૂર્તિનું ચોરાઈ જવું અને તેના મુખ્ય દ્વાર પર કોતરાયેલી સાંકેતિક ભાષા ઉકેલાઈ ન શકવા પાછળ કોઈક અજ્ઞાત કારણ જવાબદાર છે, જે જાણી શકવાનું ગજુ હજુ આપણા પુરાતત્ત્વશાસ્ત્રીઓ પાસે પણ નથી!

❖

૨૯

જેના સ્પર્શમાત્રથી થાક ઊતરી જાય એવું એક વૃક્ષ...!

આમ તો પારિજાતનું વૃક્ષ સમગ્ર ભારતમાં ઠેર ઠેર જોવા મળે છે, પરંતુ કિંટૂર સ્થિત પારિજાતનું એક વૃક્ષ અનોખી વિશેષતાઓ ધરાવે છે. આખાય દેશમાં આવું ફક્ત એક જ ઝાડ જોવા મળ્યું છે. ઉત્તરપ્રદેશના બારાબંકી જિલ્લા-મુખ્યાલયથી ૩૮ કિલોમીટરના અંતરે કિંટૂર નામનું ગામડું આવેલું છે, જેનું નામકરણ પાંડવોની માતા કુંતીના નામ પરથી થયું છે. પાંડવોએ પોતાના અજ્ઞાતવાસ દરમિયાન અહીં માતા કુંતી સાથે સમય વિતાવ્યો હતો. એવું કહેવામાં આવે છે કે કિંટૂર ગામમાં આવેલા પારિજાત વૃક્ષના સ્પર્શમાત્રથી જ વ્યક્તિ ગમે એટલો થાક્યો હોય તો પણ તેના બદનમાં સ્ફૂર્તિનો સંચાર થઈ જાય છે.

પારિજાત: એક પરિચય

સામાન્ય રીતે પારિજાત વૃક્ષ ૧૦ ફૂટથી માંડીને ૨૫ ફૂટ સુધીની ઊંચાઈનાં જોવા મળતાં હોય છે, પરંતુ કિંટૂરમાં રહેલું પારિજાતનું ઝાડ લગભગ ૪૫ ફૂટ ઊંચાઈ અને ૫૦ ફૂટની જાડાઈ ધરાવે છે! જેની સૌથી મોટી વિશેષતા તો એ છે કે એના પર ક્યારેય બીજ નથી આવતાં! તદ્દુપરાંત, આ વૃક્ષની કલમ વાવી દેવાથી પણ બીજું કોઈ વૃક્ષ ઊગવાની સંભાવના નથી! વૈજ્ઞાનિકોએ ઘણા પ્રયાસ કરી જોયા કે પારિજાતના આ વૃક્ષમાંથી જ બીજું ઝાડ ઉગાડવામાં આવે, પરંતુ તમામ પ્રયોગો તદ્દન નિષ્ફળ ઠર્યા! જૂન મહિનાની આજુબાજુ પારિજાત પર

ખૂબસૂરત સફેદ રંગનાં ફૂલ ખીલે છે. ફક્ત રાતના સમયે ઊગી નીકળનાર આ પુષ્પ સવાર થતાંવેંત જ કરમાઈ જાય છે. લક્ષ્મીપૂજનમાં આ પુષ્પનું મહત્ત્વ સવિશેષ માનવામાં આવે છે, પરંતુ નોંધવા જેવી વાત એ છે કે પારિજાત પરથી ખરી પડેલા પુષ્પને જ પૂજામાં ઉપયોગમાં લઈ શકાય છે, બાકી વૃક્ષ પરથી પુષ્પ તોડવાની મનાઈ ફરમાવવામાં આવી છે.

હરિવંશ પુરાણમાં પણ પારિજાતનાં વૃક્ષનું વર્ણન કરવામાં આવ્યું છે. હરિવંશ પુરાણમાં એને કલ્પવૃક્ષની ઉપાધિ આપવામાં આવી છે, જેની ઉત્પત્તિ સમુદ્રમંથન દરમિયાન થઈ હતી. બાદમાં ઇન્દ્રએ તેને સ્વર્ગલોકમાં સ્થાપિત કર્યું હતું. પુરાણમાં વર્ણવ્યાનુસાર, પારિજાતના સ્પર્શમાત્રથી જ દેવ નર્તકી ઉર્વશીનો થાક પળવારમાં ઊતરી જતો હતો.

પારિજાત કિંટૂર કેવી રીતે પહોંચ્યું?

એક વાર દેવઋષિ નારદ પૃથ્વી પર ભગવાન શ્રીકૃષ્ણને મળવા પહોંચ્યા ત્યારે પોતાની સાથે પારિજાતના સુંદર પુષ્પ લેતાં આવ્યા. એમણે કૃષ્ણના ચરણોમાં એ ફૂલો ભેટ ધર્યાં. શ્રીકૃષ્ણે એ પુષ્પો બાજુમાં બેસેલી એમની અર્ધાંગિની રુક્મણિને આપી દીધાં, પરંતુ શ્રીકૃષ્ણની બીજી પત્ની સત્યભામાને જ્યારે ખબર પડી કે સ્વર્ગલોકમાંથી આવેલાં પારિજાતનાં પુષ્પોને પ્રભુએ રુક્મણિને ભેટ આપી દીધાં, ત્યારે તેને ક્રોધ આવ્યો. પરિણામસ્વરૂપ, નાના બાળકની માફક તેઓ જીદ પકડીને બેસી ગયા કે એમને પણ પોતાની વાટિકા માટે પારિજાતનું વૃક્ષ જોઈએ છે! શ્રીકૃષ્ણએ અનેક વખત સમજાવ્યા છતાં પણ સત્યભામા પોતાના આ નિર્ણય પર એકના બે ન થયાં!

અંતે સત્યભામાની જીદ પાસે નમતું જોખીને શ્રીકૃષ્ણએ પોતાના દૂતને આદેશ આપ્યો કે સ્વર્ગલોકમાંથી પારિજાતનું વૃક્ષ લઈ આવે, પરંતુ ઇન્દ્ર તો ભારે હઠીલા! એમણે કૃષ્ણના દૂતને પારિજાત આપવાની મનાઈ ફરમાવી દીધી. દૂતે ધરતીલોક પર આવીને કૃષ્ણને આ વિશે જણાવ્યું તો ભગવાને પોતે સ્વર્ગલોક પર આક્રમણ કર્યું અને ઇન્દ્રને પરાજિત કરીને પારિજાતનું વૃક્ષ ધરતી પર લઈ આવ્યા. શ્રીકૃષ્ણથી રિસાઈને ઇન્દ્રએ પારિજાતને ફળથી વંચિત રહેવાનો શ્રાપ આપી દીધો. બસ, ત્યારથી જ પારિજાત ફળવિહીન થયું હોવાનું માનવામાં આવે છે. શ્રીકૃષ્ણએ સત્યભામાની વાટિકામાં પારિજાતનું રોપણ તો કર્યું, પરંતુ સત્યભામાને પાઠ ભણાવવા માટે એમણે એવી ગોઠવણ કરી કે પારિજાતના વૃક્ષ પર જેટલાં પણ પુષ્પ આવે એ તમામ ખરીને રુક્મણિની વાટિકામાં જ એકઠાં

થાય! આ કારણોસર, પારિજાતના વૃક્ષની નીચે ફૂલો ન ખરતાં, એનાથી થોડાક દૂરના અંતરે એ પુષ્પ એકઠાં થતાં હતાં.

ત્યાર બાદ જ્યારે પાંડવોએ કિંટૂરમાં અજ્ઞાતવાસ કર્યો એ સમયે માતા કુંતી માટે એમણે ભગવાન શિવના મંદિરની સ્થાપના કરી, જે હાલમાં કુંતેશ્વર મહાદેવના નામે પ્રસિદ્ધ છે. કહેવામાં આવે છે કે માતા કુંતી પારિજાતનાં પુષ્પથી નિત્યપૂજા કરી શકે એ માટે પાંડવોએ સત્યભામાની વાટિકામાંથી પારિજાતનાં વૃક્ષને લાવીને અહીં સ્થાપિત કરી દીધું અને ત્યારથી જ એ વૃક્ષ અહીં હોવાની માન્યતા છે!

અન્ય એક માન્યતા એવી પણ છે કે, પારિજાત નામે એક રાજકુમારી હતી, જેને ભગવાન સૂર્ય સાથે પ્રેમ થઈ ગયો. રાજકુમારીએ અથાક પ્રયત્નો કર્યા હોવા છતાં પણ ભગવાન સૂર્યએ એના પ્રેમનો અસ્વીકાર કર્યો. રોષે ભરાઈને રાજકુમારી પારિજાતે આત્મહત્યા કરી લીધી! જે સ્થાન પર એની સમાધિ બનાવવામાં આવી હતી, ત્યાં આજે પારિજાતનું વૃક્ષ ઊગ્યું હોવાની ધારણા છે! પારિજાતના આ વૃક્ષનું ઐતિહાસિક તથા પૌરાણિક મહત્ત્વ હોવાથી સરકારે એને સંરક્ષિત ઘોષિત કરી દીધું છે. અત્યંત દુર્લભ મનાતું એવું આ વૃક્ષ દેશની મહત્ત્વની ધરોહરમાંનું એક છે, જેનાં લીધે તેના પર ટપાલ-ટિકિટ પણ જારી કરી દેવાઈ છે.

પારિજાતના ઔષધીય ગુણ

પારિજાતને આયુર્વેદમાં હરસિંગારના નામે પણ ઓળખવામાં આવે છે. એના ફૂલ, પાન અને છાલનો ઉપયોગ ઔષધિ બનાવવા માટે કરવામાં આવે છે. પારિજાતનાં પાંદડાંનો સૌથી વધુ ઉપયોગ સાયટિકાનો રોગ દૂર કરવા માટે થાય છે. હૃદયરોગ સંબંધિત વ્યાધિઓમાં એનાં પુષ્પ ઉત્તમ અસર દેખાડતા હોવાનું વર્ણન છે. વર્ષમાં એકવાર પારિજાત પર આવનારાં ફૂલોનાં રસનું સેવન કરવામાં આવે, તો હૃદયરોગથી બચી શકાય એમ છે. પારિજાતના પાંદડાને પીસીને મધમાં ભેળવી તેનું સેવન કરવામાં આવે, તો સૂકી ઉધરસનો ઇલાજ થઈ શકે છે. તેને ત્વચા પર લગાવવાથી ચામડી સંબંધિત રોગ મટી શકે છે. પારિજાતની કૂંપળ સ્ત્રી-રોગની સારવાર માટે ઉપયોગમાં લેવાય છે. તેના બીજનો ઉપયોગ વાળ માટે સીરપ બનાવવામાં થાય છે. પારિજાતના પાનનો રસ તો ગમે એવા ક્રોનિક તાવને પણ મટાડી શકવાની ક્ષમતા ધરાવે છે!

❖

30

ગજાનન ગણપતિના આશ્ચર્યાવતાર સમું કનિપક્કમ!

આપણા દેશમાં અગણિત ભગવાન અને તેમનાં મંદિરો છે. દરેક પાસે પોતપોતાના ઇતિહાસ અને ગાથાઓ છે. કેટલાંક નવાં છે તો કેટલાંક જૂનાં! કેટલાંક ખૂબ આધુનિક તો કેટલાંક સાવ જર્જરિત! કેટલાંક મેટ્રો-સિટીમાં તો કેટલાંક સીમના છેવાડે! પરંતુ ખાસ વાત એ છે કે પ્રત્યેક મંદિરનો પોતાનો અલાયદો ભક્તગણ છે, જે તેને પૂજનીય બનાવે છે. આ દેશ શ્રદ્ધા પર ટકી રહેલો છે, અહીંની લોકકથાઓ આપણું સાંસ્કૃતિક દર્પણ છે. જે મંદિર વિશે આ પ્રકરણમાં વાત કરવાના છીએ, એ રહસ્યમય તો છે જ, સાથોસાથ શ્રદ્ધાળુઓ માટે ગંગા-સ્નાન સમાન પણ છે!

સુખકર્તા-દુઃખહર્તા ગજાનન ગણપતિ મહારાજના કનિપક્કમ મંદિર વિશે બહુ થોડા લોકોને જાણ છે. આંધ્રપદેશના ચિત્તૂર જિલ્લામાં આ મંદિર આવેલું છે. વિઘ્નહર્તાનાં અન્ય ધાર્મિક સ્થળો કરતાં કનિપક્કમ મંદિર વિશેષ એટલા માટે છે, કારણ કે અહીં વિશાળ નદીની બિલકુલ વચ્ચોવચ ભગવાનની મૂર્તિનું સ્થાપન થયેલું છે. આસ્થા અને ચમત્કારના અદ્ભુત સંગમને પોતાની અંદર સમેટીને સદીઓથી અડીખમ ઊભેલું આ મંદિર અનેક ભક્તો માટે પાપમુક્ત થવા માટેનું અદ્વિતીય સ્થાન છે! ગામવાસીઓની માન્યતા મુજબ, મંદિરના ગર્ભગૃહમાં પ્રાણપ્રતિષ્ઠિત શ્રી ગણપતિની મૂર્તિનો આકાર દિવસે ને દિવસે સતત વધી રહ્યો છે!

મંદિર-નિર્માણ પાછળની રોચક કહાની

એવું કહેવાય છે કે ગામમાં ત્રણ જોડિયાં ભાઈઓ રહેતા હતા, જેમાંનો એક બહેરો, બીજો આંધળો અને ત્રીજો મૂંગો. પોતાની નબળાઈઓને લીધે ગામના કોઈ વેપારી તેમને નોકરી આપવા માટે રાજી નહોતા થતા. આથી ત્રણેયએ મળીને જમીનનો એક નાનકડો ટુકડો ખરીદવાનું નક્કી કર્યું. યોગ્ય મુહૂર્ત જોઈને ભૂમિપૂજન કરાયું, પરંતુ જમીન પર કશુંક ઉગાડવા માટે પાકને પૂરતા પાણીની ખોટ સાલતી હતી. નજીકમાં ક્યાંય કોઈ તળાવ, નદી કે નાળાં પણ નહોતાં. વિકલાંગ ભાઈઓએ કૂવો ખોદવાનું શરૂ કરી દીધું, પરંતુ નસીબ એટલાં બધાં ખરાબ કે ખૂબ ઊંડે સુધી ખોદ્યા પછી પણ જોઈએ એટલી માત્રામાં પાણી પ્રાપ્ત ન થઈ શક્યું. આખરે મહિનાઓ બાદ, અતિશય ઊંડાણમાં ખોદકામ કરતા કૂવામાંથી ધોધ છૂટ્યો. નવાઈની વાત એ હતી કે જ્યાંથી પાણીનો પ્રવાહ બહાર નીકળતો હતો ત્યાં નીચે એક વિચિત્ર પથ્થર દેખાયો, જેને ખોદીને બહાર ફેંકી કાઢવા માટે ત્રણેય ભાઈઓએ ફરી પાવડા ઉપાડ્યા. પરંતુ જેવો પથ્થર પોતાની જગ્યાએથી ખસક્યો કે તરત જ ત્યાંથી સ્વચ્છ પાણીને બદલે લોહી જેવા રક્તવર્ણા પ્રવાહીની નદીઓ વહેવા લાગી.

આખા કૂવો રક્તરંજિત દ્રવ્યથી છલકાઈ ગયો! કૂવો ખોદીને બહાર નીકળતા અચાનક જ, આંધળાને આંખો આવી ગઈ! બહેરાને બધું જ સંભળાવા લાગ્યું અને મૂંગા ભાઈની જીભે સરસ્વતીએ વાસ કર્યો હોય એમ તેમની વિકલાંગતા દૂર થઈ ગઈ! ગામવાસીઓનાં ટોળેટોળાં આ ચમત્કાર જોવા માટે એકઠા થવા લાગ્યાં. જે પથ્થરને ખોદવાથી લોહીની નદીઓ વહી હતી, એ ખરેખર ગજાનન ગણપતિના આકારનો હતો. લોકોએ તેને પવિત્ર મૂર્તિ તરીકે સ્વીકારી પાણીની વચ્ચોવચ તેની પ્રાણ-પ્રતિષ્ઠા કરાવડાવી. અગિયારમી સદીમાં ચોલ રાજા કુલોત્તુંગ ચોલે તેની આસપાસ મંદિરનું નિર્માણ કરાવ્યું. ત્યાર બાદ ૧૪મી સદીમાં વિજયનગર સામ્રાજ્ય હેઠળ તેનો વિસ્તાર વધારવામાં આવ્યો.

માનો યા ના માનો!

ગણપતિજીની પ્રાણ-પ્રતિષ્ઠિત મૂર્તિનું કદ આજે દિન-પ્રતિદિન વધી રહ્યું છે, જેનું કારણ કોઈને ખબર નથી! મંદિરના અત્યંત જૂના ભક્ત શ્રી લક્ષ્મામ્માએ ગણપતિને વાઘા પહેરાવવા માટે એક કવચ ભેટ ધર્યું હતું, પરંતુ નવાઈ લાગે તેવી વાત છે કે ગણપતિનાં પેટ તેમ જ ઘૂંટણનો આકાર સતત વધતો જાય છે, જેના લીધે હવે લક્ષ્મામ્માનું કવચ નિરર્થક બની ગયું છે. અનેક વૈજ્ઞાનિકો

અને સંશોધકો અહીં આવીને પોતાના પ્રયોગો આદરી ચૂક્યા છે, આમ છતાં દિવસો સુધી મૂર્તિનો આકાર વધવાની બાબત તેમના ગળે નથી ઊતરી શકી!

નદી સાથે જોડાયેલી માન્યતા

જે નદીની વચ્ચોવચ વિનાયક મંદિરનું બાંધકામ જોવા મળે છે, ત્યાંની માન્યતાઓ વિશે પણ ખાસ જાણવા જેવું છે. સંખા અને લિખિતા નામના બે ભાઈઓ કનિપક્કમની યાત્રા પર નીકળ્યા હતા. દિવસો સુધી કરેલી પગપાળા યાત્રાને કારણે તેમનું શરીર હવે જવાબ દઈ ચૂક્યું હતું. ક્યારનાય પેટમાં ઉંદરડાઓ આંટા-ફેરા કરી રહ્યા હતા. એમાંય પાછો લિખિતાનો સ્વભાવ થોડો વધારે પડતો ઉતાવળો! ભૂખ સહન ન થતાં તેણે પૂછ્યા વગર અજાણ્યા વ્યક્તિની માલિકીના ઝાડ પરથી કેરી તોડી ખાવાનું શરૂ કરી દીધું. સંખાએ તેને રોકવા માટેના પુષ્કળ પ્રયાસો કર્યા, પરંતુ તદ્દન નિષ્ફળ! લિખિતા ન માન્યો એ ન જ માન્યો.

સંખાનો ન્યાયી જીવ આ ચોરી સહી ન શક્યો અને તેણે ગામની પંચાયતમાં ફરિયાદ કરી દીધી! છડેચોક લિખિતાનો ગુનો સાબિત થઈ ગયો અને સજા સ્વરૂપે તેના બંને હાથો કાપી નંખાયા, જેથી ભવિષ્યમાં તે બીજી ચોરી ન કરી શકે. પરંતુ લોકવાયકા મુજબ, કનિપક્કમની નદીમાં સ્નાન કરતાની સાથે જ લિખિતાના બંને હાથ આપોઆપ પોતાની જગ્યાએ ગોઠવાઈ ગયા હતા. ગામવાળાઓએ આ ચમત્કારથી પ્રેરાઈને નદીનું નામ 'બહુદા' (સામાન્ય માણસનો હાથ) રાખી દીધું! આજદિન સુધી કનિપક્કમ મંદિરને લોકો બહુદા નદીને નામે ઓળખે છે.

નદીમાં સ્થિત દૂંદાળા દેવનાં દર્શન વડે સમગ્ર પાપનો નાશ થાય છે. ગમે એવા ઘોર પાપ કરીને સ્નાન કરવા પડેલો દુરાચારી માણસ પણ 'બહુદા'ના પાણી વડે પાપમુક્ત બની જાય છે. આ કારણોસર તીર્થાળુઓ કનિપક્કમને ગંગા જેટલું જ મહત્ત્વ આપે છે. પરંતુ મંદિરમાં માથું ટેકવવા જતાં પહેલા અહીં એક નિયમ અનુસરવો જરૂરી છે. જે યાત્રાળુઓએ પાપમુક્ત થવાની ઇચ્છા હોય તેમણે નદીમાં સ્નાન લેતાં વચન લેવું પડે છે કે પોતે ફરી ક્યારેય એ પ્રકારનું પાપ જાણીજોઈને નહીં કરે! હૃદયપૂર્વક કરેલી પ્રાર્થનાનો ભગવાન ગણપતિ દ્વારા સ્વીકાર થાય છે અને ભક્ત જન્મોજન્મના ફેરામાંથી મુક્ત થઈ જાય છે.

❖

૩૧

રામનામનો મહિમા ગાતો માતા શબરીનો આશ્રમ!

રામાયણમાં એક પ્રસંગનો ઉલ્લેખ છે, જેમાં માતા સીતાને શોધતાં શોધતાં શ્રીરામ લક્ષ્મણની સાથે દંડકારણ્યમાં રસ્તો ભટકી જાય છે અને માતા શબરીના આશ્રમે પહોંચી જાય છે. સ્વયં શ્રીરામને પોતાના આંગણે પધારેલા જોઈને શબરી ઘડીકભર એમને પ્રસાદમાં શું ધરવું એની અસમંજસમાં પડી જાય છે. પોતાની ઝૂંપડીમાં જઈને જુએ છે, તો સામે થોડાંક બોર દેખાય છે... પરંતુ ક્યાંક એ ખરાબ કે ખાટાં તો નથી ને એ જોવા માટે તે પોતે એકે-એક બોરને ચાખે છે. સારાં-સારાં બોર વીણીને તે ભગવાન રામને આપે છે. શબરીનાં એંઠા બોરને પણ પ્રભુ પ્રેમપૂર્વક આરોગી લે છે.

ભગવાન રામ પ્રત્યેના શબરીના ભક્તિભાવની આ કથા આપણે નાનપણથી સાંભળતા આવ્યા છીએ. માતા શબરીનો એ આશ્રમ છત્તીસગઢના શિવરીનારાયણમાં 'શિવરીનારાયણ પરિસર' ખાતે સ્થિત છે. મહાનદી, ઝોંક અને શિવનાથ નદીના કિનારે સ્થિત આ મંદિર તથા આશ્રમ પ્રકૃતિનાં રમણીય સ્થળોથી ઘેરાયેલો છે! શબરીએ જે વૃક્ષના પાંદડામાં બોર રાખીને ભગવાન રામને જમાડ્યા હતા, એ કૃષ્ણ વડનું 'કટોરીનુમા' પાંદડું આજે પણ એ સ્થાન પર મળી આવે છે.

શિવરીનારાયણ મંદિરને કારણે જ આ સ્થાન છત્તીસગઢની જગન્નાથપુરીના નામે પ્રસિદ્ધ થયું છે. માન્યતા પ્રમાણે, આ સ્થાન પર જ પ્રાચીન સમયમાં ભગવાન જગન્નાથની પ્રતિમા સ્થાપિત કરવામાં આવી હતી, પરંતુ પછીથી એમને પુરી લાવવામાં આવ્યા! સ્થાનિક લોકોની આ આસ્થાને લીધે જ એવું માનવામાં

આવે છે કે આજના સમયમાં પણ ભગવાન જગન્નાથ અહીં અવારનવાર મુલાકાત લે છે. છત્તીસગઢના બિલાસપુરથી ૬૪ કિલોમીટર અને રાયપુરથી ૧૨૦ કિલોમીટર દૂર ઝાંઝગીર-ચાંપા જિલ્લામાં આવેલા શિવરીનારાયણને પહેલાંના સમયમાં માતા શબરીના નામે શબરીનારાયણ તરીકે ઓળખવામાં આવતું હતું. જે બાદમાં, શિવરીનારાયણનાં નામે પ્રચલિત થયું.

શા માટે શિવરીનારાયણને 'ગુપ્તધામ' કહે છે?

દેશના સૌથી પ્રચલિત ચાર ધામમાં ઉત્તર ભારતના બદ્રીનાથ, દક્ષિણ ભારતના રામેશ્વરમ, પૂર્વ ભારતના જગન્નાથપુરી અને પશ્ચિમ ભારતના દ્વારકાધામનો સમાવેશ થાય છે, પરંતુ મધ્યમાં સ્થિત શિવરીનારાયણને 'ગુપ્તધામ' તરીકે ઓળખવામાં આવે છે. આ વાતનું વર્ણન રામાવતારચરિત્ર અને યાજ્ઞવલ્ક્ય સંહિતામાં પણ મળી આવે છે.

શબરીનું વાસ્તવિક નામ શ્રમણા હતું. તેનો સંબંધ ભીલ સમુદાયની શબર જાતિ સાથે હતો. શબરીના પિતા પોતે ભીલોના રાજા હતા. કહેવામાં આવે છે કે શબરીના વિવાહ એક ભીલ કુમાર સાથે નક્કી થયા હતા. વિવાહની પહેલાં કંઈ-કેટલાંય બકરા-ભેંસને બલિ ચડાવવા માટે લાવવામાં આવ્યાં, જેને જોઈને શબરીનું હૃદય અત્યંત દુભાયું. એમને થયું કે આ તે વળી કેવાં લગ્ન, જેમાં સેંકડો નિર્દોષ પશુની આહુતિ આપી દેવામાં આવે? વેવિશાળના ઠીક એક દિવસ પહેલાં શબરીએ પોતાનું ઘર છોડી દીધું અને ત્યાંથી ભાગીને સીધા દંડકારણ્ય પહોંચી ગયાં. દંડકારણ્યમાં ઋષિ-મુનિઓ તપસ્યા કરતા, જેમની સેવા કરવા માટે શબરી ઇચ્છુક હતાં, પરંતુ નીચી જાતિની હોવાને લીધે તેઓ ખચકાટ અનુભવી રહ્યાં હતાં. તેમને મનમાં આશંકા હતી કે કોઈ ઋષિ એમની સેવાનો સ્વીકાર નહીં કરે! આખરે તેમને એક રસ્તો સૂઝ્યો. દરરોજ સવારે ઋષિ-મુનિઓ જાગે એ પહેલા એમના આશ્રમથી માંડીને નદી સુધીનો રસ્તો તેઓ સાફ કરી નાખતાં. માર્ગમાંથી કાંટા દૂર કરીને તેઓ ત્યાં રેતીની ચાદર બિછાવી દેતાં, જેથી કોઈના પગ લોહીલુહાણ ન થાય! શબરી આ બધું એવી રીતે કરતાં હતાં કે કોઈને એની ખબર સુધ્ધાં ન પડે. એક દિવસ માતંગ ઋષિની નજર શબરી પર પડી. એમના સેવાભાવથી અતિ પ્રસન્ન થઈને ઋષિએ શબરીને પોતાના આશ્રમમાં શરણ આપ્યું. માતંગ ઋષિના આ પગલાનો ખૂબ પ્રબળ સામાજિક વિરોધ કરવામાં આવ્યો, એમ છતાં એમણે શબરીને આશ્રમમાંથી નિષ્કાસિત ન કર્યાં. મૃત્યુની આખરી ક્ષણોમાં માતંગ

ઋષિએ શબરી પાસેથી વચન લીધું કે એમના અવસાન પછી પણ તેઓ આશ્રમ છોડીને ક્યાંય ન જાય, કારણ કે ભગવાન વિષ્ણુના અવતાર પ્રભુ શ્રી રામ પોતે અહીં એક દિવસ પધારવાના છે!

માતંગ ઋષિના મૃત્યુ પછી શબરીનો મોટા ભાગનો સમય ભગવાન શ્રીરામની પ્રતીક્ષામાં વીતવા લાગ્યો. આખો દિવસ તેઓ આશ્રમની સાફસફાઈ કરીને એને ચોખ્ખો-ચણાક રાખવાનો પ્રયત્ન કરતાં. ભગવાન રામ માટે દરરોજ તેઓ વૃક્ષ પરથી તાજાં-મીઠાં બોર તોડી લાવતાં. બોરમાં જંતુ ન આવી જાય કે પછી એ ખાટાં ન થઈ જાય એ માટે તોડતી વખતે દરેકેદરેકને ખાસ ચાખવાનો તેઓ આગ્રહ રાખતાં. આમ કરતાં કરતા કેટલાંય વર્ષો વીતી ગયાં. એક દિવસ શબરીને જાણ થઈ કે બે યુવકો એમને શોધી રહ્યા છે. તેઓ તરત જ સમજી ગયા કે પ્રભુ રામનું આગમન થઈ ચૂક્યું છે, પરંતુ વર્ષો વીતી ગયાં હોવાને લીધે તેઓ હવે વૃદ્ધ થઈ ચૂક્યાં હતાં. સફેદ વાળ, કરચલીવાળો તેજસ્વી ચહેરો અને લાકડીના સહારે ચાલતું એક વૃદ્ધ શરીર! ઉંમર થઈ ગઈ હોવા છતાં ભગવાન શ્રીરામના આગમનની ખબર સાંભળતાં જ તેમને પોતાની વયનું પણ ભાન ન રહ્યું! દોડીને તેઓ શ્રીરામ-લક્ષ્મણ પાસે પહોંચ્યાં અને હાથ પકડીને એમને આશ્રમ લઈ આવ્યાં. પ્રભુના ચરણકમળોને પોતાના હાથે ધોઈને તેઓ ખૂબ રાજી થયાં. સ્વહસ્તે તોડેલાં મીઠાં બોર તેમણે બંને ભાઈઓને ધર્યા. ભગવાન રામે ખૂબ પ્રેમ અને આદરભાવપૂર્વક બોર આરોગ્યા અને લક્ષ્મણને પણ ખાવા માટે જણાવ્યું, પરંતુ લક્ષ્મણને શબરીનાં એઠાં બોર ખાવામાં સંકોચ થઈ રહ્યો હતો. રામનું માન રાખવા માટે એમણે બોર ઉઠાવ્યાં તો ખરાં, પરંતુ ગ્રહણ ન કર્યાં! જેનું પરિણામ એ આવ્યું કે રામ-રાવણ યુદ્ધમાં જ્યારે શક્તિબાણનો પ્રયોગ કરવામાં આવ્યો ત્યારે તેઓ મૂર્છિત બની ગયા હતા!

શિવરીનારાયણ સ્થિત શબરીનો આ આશ્રમ આજે પણ હજારો શ્રદ્ધાળુઓ માટે ધર્મસ્થળ છે. માતા શબરીની ભક્તિ સામે મસ્તક ઝુકાવવા માટે દર વર્ષે અહીં ઘણી મોટી સંખ્યામાં ભક્તો દર્શનાર્થે આવે છે.

* * *

આ પુસ્તક વાંચ્યા પછીની આપની લાગણીઓ અને પ્રતિભાવ અહીં લખજો. અન્યને વાંચવા આપજો. આવો, ગુજરાતી ભાષાને જીવંત રાખીએ.

....

....

....

....

....

....

....

....

....

....

....

....

....

....

....

....

....

....

....

....

....

....

www.ingramcontent.com/pod-product-compliance
Ingram Content Group UK Ltd.
Pitfield, Milton Keynes, MK11 3LW, UK
UKHW040034200726
13845UKWH00053B/246

9 789393 223876